# నేను ఎందుకు నాస్తికుడిని

### భగత్ సింగ్

డైమండ్ బుక్స్

**www.diamondbooks.in**

© ప్రచురణలో ఉంది

| | | |
|---|---|---|
| ప్రచురణకర్త | : | డైమండ్ పాకెట్ బుక్స్ (P) Ltd. |
| | | X-30 ఓఖ్లా ఇండస్ట్రియల్ ఏరియా, |
| | | ఫేజ్ - II న్యూఢిల్లీ-110020 |
| ఫోన్ | : | 011-40712200 |
| ఈ-మెయిల్ | : | wecare@diamondbooks.in |
| వెబ్సైట్ | : | www.diamondbooks.in |
| వెర్షన్ | : | 2024 |
| ప్రింటర్ | : | రెప్రో (భారతదేశం) |

నేను ఎందుకు నాస్తికుడిని (Main Nastik Kyon Hoon-Telugu)

*By : Bhagat Singh*

# పరిచయం

భగత్ సింగ్ సెప్టెంబరు 28, 1907న పంజాబ్‌లోని (ప్రస్తుతం పాకిస్థాన్‌లో ఉంది) లియాల్‌పూర్ జిల్లాలోని బంగా గ్రామంలో ఒక సిక్కు కుటుంబంలో జన్మించాడు. భగత్ సింగ్ తండ్రి పేరు సర్దార్ కిషన్ సింగ్ మరియు తల్లి పేరు సర్దార్ని విద్యావతి కౌర్. అతను రైతు కుటుంబానికి చెందినవాడు, అతని తండ్రి మరియు అతని ఇద్దరు మేనమామలు అజిత్ సింగ్ మరియు స్వరణ్ సింగ్ కూడా బ్రిటిష్ వారికి వ్యతిరేకంగా జరిగిన స్వాతంత్ర్య పోరాటంలో భాగమయ్యారు. అదే సమయంలో భగత్ సింగ్ జన్మించినప్పుడు, అతని తండ్రి మరియు మామ జైలు నుండి విడుదలయ్యారు. భగత్ సింగ్ అమ్మమ్మ ఆ బిడ్డకు భగన్ వాలా (అదృష్టవంతురాలు) అని పేరు పెట్టింది. ఆ తర్వాత అతనికి భగత్ సింగ్ అనే పేరు వచ్చింది. 1919 ఏప్రిల్ 13న అమృత్‌సర్‌లో జరిగిన జలియన్‌వాలాబాగ్ మారణకాండ భగత్ సింగ్ ఆలోచనలపై తీవ్ర ప్రభావం చూపింది. లాహోర్‌లోని నేషనల్ కాలేజీని విడిచిపెట్టిన తరువాత, భగత్ సింగ్ భారతదేశ స్వాతంత్ర్యం కోసం 'నౌజవాన్ భారత్ సభ'ని స్థాపించాడు. ఇది గొప్ప విప్లవ వారసత్వాన్ని పునరుజ్జీవింపజేసి ముందుకు తీసుకెళ్లాలనే సంకల్పానికి ప్రతీక.

1922లో చౌరీ-చౌరా మారణకాండ తర్వాత గాంధీజీ రైతులను ఆదుకోనప్పుడు భగత్ సింగ్ చాలా నిరాశ చెందాడు. ఆ తర్వాత అహింసపై ఆయనకున్న విశ్వాసం సన్నగిల్లి సాయుధ విప్లవమే స్వాతంత్ర్యానికి మార్గమన్న నిర్ణయానికి వచ్చారు. ఆ తర్వాత చంద్రశేఖర్ ఆజాద్ నేతృత్వంలో ఏర్పడిన 'గదర్ దళ్'లో భాగమయ్యారు. రామ్ ప్రసాద్ 'బిస్మిల్'తో సహా నలుగురు విప్లవకారులను ఉరితీయడం మరియు కాకోరి సంఘటనలో మరో పదహారు మందిని జైలులో పెట్టడం వల్ల భగత్ సింగ్ చాలా కలత చెందాడు, అతను చంద్రశేఖర్ ఆజాద్‌తో కలిసి తన పార్టీకి 'హిందూస్థాన్ రిపబ్లికన్ అసోసియేషన్'లో చేరాడు మరియు దానికి 'హిందుస్తాన్' అనే కొత్త పేరు పెట్టారు రిపబ్లికన్ అసోసియేషన్.' ఈ సంస్థ యొక్క లక్ష్యం సేవ, త్యాగం మరియు బాధలను కలిగి ఉన్న యువకులను తయారు చేయడం. ఆయన పార్టీలోని ప్రముఖ విప్లవకారులు చంద్రశేఖర్ ఆజాద్, సుఖ్‌దేవ్, రాజ్‌గురు మొదలైనవారు. భగత్ సింగ్ రక్తపాతానికి అనుకూలం కానప్పటికీ, అతను వామపక్ష భావజాలాన్ని విశ్వసించాడు మరియు అతను కార్ల్ మార్క్స్

సిద్ధాంతాలతో సంబంధం కలిగి ఉన్నాడు మరియు అతను అదే భావజాలాన్ని ముందుకు తీసుకువెళుతున్నాడు.

అయినప్పటికీ, అతను కూడా సోషలిజానికి గట్టి మద్దతుదారు. భగత్ సింగ్ దాదాపు రెండేళ్లపాటు జైల్లోనే ఉన్నాడు. ఈ సమయంలో వ్యాసాలు రాస్తూ తన విప్లవ భావాలను వ్యక్తపరిచేవారు. జైల్లో ఉన్నా చదువు కొనసాగింది. ఆ సమయంలో ఆయన రాసిన వ్యాసాలు, బంధువులకు రాసిన లేఖలు నేటికీ ఆయన ఆలోచనలకు అద్దం పడుతున్నాయి. తన రచనలలో పెట్టుబడిదారులను అనేక విధాలుగా తన శత్రువులుగా అభివర్ణించాడు. శ్రామికులను దోపిడి చేసే వ్యక్తి భారతీయుడే అయినా వారికి శత్రువని రాశారు. అతను లాహోర్ సెంట్రల్ జైలులో ఖైదు చేయబడిన సమయంలో ఆంగ్లంలో ఒక వ్యాసం కూడా రాశాడు - 'నేను నాస్తికుడిని ఎందుకు?'

సెప్టెంబర్ 27, 1931న లాహోర్ నుండి ప్రచురించబడిన వార్తాపత్రిక 'ది పీపుల్'లో వీరి మొదటి ప్రచురణ. ఈ వ్యాసం భగత్ సింగ్ రచించిన అత్యంత ప్రజాదరణ పొందిన మరియు ప్రభావవంతమైన సాహిత్యాలలో ఒకటిగా పరిగణించబడుతుంది మరియు తరువాత అనేక సార్లు ప్రచురించబడింది. ఈ వ్యాసం ద్వారా భగత్ సింగ్ ఏ దైవశక్తిని ఎందుకు విశ్వసించలేదో తార్కికంగా వివరించే ప్రయత్నం చేశాడు. కార్మికులపై బ్రిటీష్ వారి దౌర్జన్యాలకు వ్యతిరేకంగా నిరంతరం నిరసించాడు. దీని కారణంగా, బ్రిటిష్ పార్లమెంటులో ఇటువంటి కార్మిక వ్యతిరేక విధానాలను ఆమోదించకూడదని అతని పార్టీ నిర్ణయం. భారతీయులు మేల్కొన్నారని, ఇటువంటి విధానాలపై వారి హృదయాల్లో ఆగ్రహం ఉందని ప్రతి ఒక్కరూ బ్రిటిష్ వారికి తెలుసుకోవాలని కోరారు. ఇందుకోసం ఢిల్లీ సెంట్రల్ అసెంబ్లీలో బాంబు పేల్చాలని ప్లాన్ చేశారు. ఆ తర్వాత అతన్ని అనేక సెక్షన్ల కింద అరెస్టు చేసి ఉరితీశారు మరియు స్వతంత్ర భారతదేశంలోని విప్లవ యువకులు అమరులయ్యారు.

# క్రమం

# ఇంటికి వీడ్కోలు:
# తండ్రికి లేఖ
# (1923)

*1923లో, భగత్ సింగ్ లాహోర్‌లోని నేషనల్ కాలేజీ విద్యార్థి. ప్రజల్లో అవగాహన కోసం డ్రామా క్లబ్‌లో కూడా పాల్గొన్నారు. విప్లవ ఉపాధ్యాయులు మరియు స్నేహితులతో సంబంధాలు ఏర్పడ్డాయి. భారతదేశానికి స్వాతంత్ర్యం ఎలా వచ్చిందనే దానిపై విస్తృతమైన అధ్యయనాలు మరియు చర్చలు జరుగుతున్నాయి. ఇంట్లో అమ్మమ్మ మనవడి పెళ్లి గురించి మాట్లాడింది. తన వాదన ముందు పని చేయకపోవడాన్ని చూసి, అతను తన తండ్రికి ఈ ఉత్తరం వ్రాసి, కాన్పూర్‌లోని గణేష్ శంకర్ విద్యార్థిని చేరుకుని 'ప్రతాప్' పని ప్రారంభించాడు. కాగా బి. యొక్క. దత్, శివ వర్మ, విజయ్‌కుమార్ సిన్హా వంటి విప్లవ మిత్రులను కలిశారు. అతను కాన్పూర్ చేరుకోవడం విప్లవ మార్గంలో ఒక పెద్ద మెట్టు అయింది. భగత్ సింగ్ తన తండ్రికి వ్రాసిన ఈ లేఖ ఇంటిని విడిచిపెట్టడం గురించి అతని ఆలోచనలను బయటకు తెస్తుంది.*

గౌరవనీయులైన తండ్రి,

నమస్కారం.

నా జీవితం ఉన్నతమైన [1] లక్ష్యం అంటే ఆజాదీ-ఇ-హింద్ సూత్రం [2] కోసం అంకితం చేయబడింది [3]. అందువల్ల, నా జీవితంలో సుఖాల పట్ల, [4] ప్రాపంచిక కోరికల పట్ల ఆకర్షణ లేదు. [5]

---

[1] ఉన్నత ప్రయోజనం

[2] సూత్రం

[3] విరాళం

[4] ప్రాపంచిక కోరికలు

[5] ఆకర్షణీయమైన

7

నేను చిన్నతనంలో, బాపూజీ నా యజ్ఞోపవీత సమయంలో దేశానికి[6] సేవ చేయడానికి నన్ను నియమించినట్లు ప్రకటించిన విషయం మీకు గుర్తుండే ఉంటుంది. అందుకే ఆ సమయంలో ఇచ్చిన హామీని నెరవేరుస్తున్నాను.

మీరు నన్ను క్షమిస్తారని ఆశిస్తున్నాను.

మీ, భగత్ సింగ్

---

[6] దేశానికి సేవ

# అంటరాని సమస్య
## (1923)

*1923లో కాకినాడలో కాంగ్రెస్ సమావేశం జరిగింది. ముహమ్మద్ అలీ జిన్నా తన అధ్యక్ష ప్రసంగంలో, ఆ రోజుల్లో 'అంటరానివారు' అని పిలువబడే నేటి షెడ్యూల్డ్ కులాలను హిందూ మరియు ముస్లిం మిషనరీ సంస్థలుగా విభజించాలని సూచించారు. ధనవంతులు, హిందూ మరియు ముస్లిం ఇద్దరూ ఈ వర్గ విభజనను సుస్థిరం చేయడానికి డబ్బు ఇవ్వడానికి సిద్ధంగా ఉన్నారు. ఈ విధంగా, అంటరానివారి ఈ 'స్నేహితులు' వారిని మతం పేరుతో విభజించడానికి ప్రయత్నించారు. ఇదే సమయంలో ఈ అంశంపై చర్చ వాతావరణం ఏర్పడినప్పుడు భగత్ సింగ్ 'అంటరానివారి ప్రశ్న' అనే శీర్షికతో ఒక వ్యాసం రాశారు. ఈ వ్యాసంలో, శ్రామిక వర్గం యొక్క బలాలు మరియు పరిమితులను అంచనా వేసిన తరువాత, దాని పురోగతికి ఖచ్చితమైన సూచనలు ఇవ్వబడ్డాయి. భగత్ సింగ్ యొక్క ఈ వ్యాసం జూన్ 1928 నాటి 'కీర్తి'లో విద్రోహి పేరుతో ప్రచురించబడింది.*

మన దేశం చూసినంత దారుణమైన పరిస్థితులు మరే దేశం చూడలేదు. ఇక్కడ వింత ప్రశ్నలు తలెత్తుతూనే ఉన్నాయి. ఒక ముఖ్యమైన ప్రశ్న అంటరాని సమస్య. సమస్య ఏమిటంటే, 30 కోట్ల జనాభా ఉన్న దేశంలో, అంటరానివారు అని పిలువబడే 6 కోట్ల మంది ప్రజల స్పర్శతో మతం భ్రష్టుపట్టిపోతుంది. దేవాలయాలలోకి ప్రవేశిస్తే దేవుళ్లకు కోపం వస్తుంది. వారు బావి నుండి నీరు తీసుకుంటే, బావి అపరిశుభ్రంగా మారుతుంది. ఈ ప్రశ్నలు ఇరవయ్యవ శతాబ్దంలో అడుగుతున్నారు, అవి విన్న తర్వాత కూడా అవమానంగా అనిపిస్తుంది.

మన దేశం చాలా ఆధ్యాత్మికమైనది, కానీ మానవులకు మానవ హోదా ఇవ్వడానికి మేము వెనుకాడాము, అయితే పూర్తిగా భౌతికవాదంగా పిలువబడే యూరప్ అనేక శతాబ్దాలుగా విప్లవ స్వరాన్ని పెంచుతోంది. అతను అమెరికన్ మరియు ఫ్రెంచ్ విప్లవాల సమయంలో సమానత్వాన్ని ప్రకటించాడు. నేడు రష్యా

కూడా అన్ని రకాల వివక్షలను తొలగించడం ద్వారా విప్లవానికి సిద్ధమవుతోంది. ఆత్మ మరియు భగవంతుని ఉనికి గురించి మనం ఎల్లప్పుడూ చింతిస్తూ ఉండాలి

అంటరానివారికి పవిత్రమైన దారం ఇవ్వబడుతుందా అనే ఈ వేడి చర్చలో నిమగ్నమై ఉన్నారు. వారికి వేదాలు చదివే అర్హత ఉందా లేదా? విదేశాల్లో మమల్ని సరిగా చూసుకోవడం లేదని ఫిర్యాదు చేస్తున్నాం. బ్రిటిష్ ప్రభుత్వం మమ్మల్ని బ్రిటిష్ వారితో సమానంగా పరిగణించడం లేదు. అయితే ఫిర్యాదు చేసే హక్కు మనకు ఉందా?

1926లో బొంబాయి కౌన్సిల్ సభ్యుడైన సింధ్‌కు చెందిన ముస్లిం పెద్దమనిషి శ్రీ నూర్ ముహమ్మద్ ఈ విషయంపై చాలా విషయాలు చెప్పారు:-

If the Hindu society refuses to allow other human beings, fellow creatures so that to attend public school, and if the president of local board representing so many lakhs of people in this house refuses to allow his fellows and brothers the elementary human right of having water to drink, what right have they to ask for more rights from the bureaucracy? Before we accuse people coming from other lands, we should see how we ourselves behave toward our own people. How can we ask for greater political rights when we ourselves deny elementary rights of human beings."

మీరు ఒక వ్యక్తికి తాగడానికి నీరు కూడా ఇవ్వనిప్పుడు, పాఠశాలలో చదివేందుకు కూడా అనుమతించనప్పుడు, మీ కోసం మరిన్ని హక్కులు కోరడానికి మీకు ఏమి హక్కు ఉందని వారు అంటున్నారు. మీరు మానవునికి సమాన హక్కులు ఇవ్వడానికి నిరాకరించినప్పుడు, మరిన్ని రాజకీయ హక్కులను డిమాండ్ చేయడానికి మీరు ఎలా అర్హులు అవుతారు?

ఇది పూర్తిగా నిజం. కానీ ఒక ముస్లిం ఇలా చెప్పాడు కాబట్టి, హిందువులు ఆ అంటరానివారిని ముస్లింలుగా మార్చడం ద్వారా చేర్చాలనుకుంటున్నారు చూడండి అని చెబుతారు.మీరు వాటిని ఈ విధంగా జంతువుల్లాగా చూసుకున్నప్పుడు, వారు ఖచ్చితంగా భిన్నంగా ఉంటారు.మతాలలో చేరతారు, అందులో వారికి ఎక్కువ హక్కులు లభిస్తాయి, అక్కడ వారిని మనుషుల్లా పరిగణిస్తారు.చికిత్స చేయబడుతుంది. అలాంటప్పుడు క్రైస్తవులను, ముస్లింలను, హిందూ సమాజాన్ని చూడండి అని చెప్పండి.

హాని కలిగిస్తుంది, అది పనికిరానిది అవుతుంది.

ఎంత స్పష్టమైన ప్రకటన, కానీ ఇది విన్న తర్వాత అందరూ షాక్ అవుతారు. కేవలం ఇలా

హిందువులు కూడా ఆందోళన చెందారు. సనాతనీ పండితులు కూడా ఈ విషయం గురించి కొంత వరకు ఆలోచిస్తారు. నిశ్చితార్థం. అప్పుడప్పుడూ పెద్ద పెద్ద 'యుగాంత్కారీలు' అని పిలుచుకునే వారు కూడా పాల్గొన్నారు. పాట్నాలో హిందువు మహాసభ లాలా లజపత్ రాయ్ కాన్ఫరెన్స్ - అంటరాని వారికి దీర్ఘకాల మద్దతుదారు

శ్రీ హాయి అధ్యక్షతన జరిగినప్పుడు, తీవ్ర చర్చ జరిగింది. మంచి చర్చ జరిగింది. సమస్య అస్పృశ్యులకు పవిత్రమైన దారాన్ని ధరించే హక్కు ఉందా లేదా అనేది ప్రశ్న. మరి వారికి వేదాలు, గ్రంధాలను అధ్యయనం చేసే హక్కు ఉందా? పెద్ద సంఘ సంస్కర్తలు కలత చెందారు, కానీ లాలాజీ అందరినీ అంగీకరించేలా చేసి, ఈ రెండు విషయాలను అంగీకరించడం ద్వారా, అతను హిందూ మతం యొక్క గౌరవాన్ని కాపాడాడు. లేకుంటే ఎంత అవమానకరంగా ఉండేదో ఒక్కసారి ఆలోచించండి. కుక్క మన ఒడిలో కూర్చోగలదు. అతను మన వంటగదిలో నిర్భయంగా తిరుగుతాడు, కానీ ఒక మనిషి మనతో సంబంధం కలిగి ఉంటే, అతను అవినీతిపరుడు అవుతాడు. ఈ సమయంలో, మాల్వియా జీ వంటి గొప్ప సంఘ సంస్కర్తలు, అంటరానివాళ్ళను ఇష్టపడేవారు మరియు ఏమి చేయకూడదు, మొదట ఒక స్కావెంజర్ ద్వారా మెడలో ఒక హారాన్ని పొందండి, కానీ వారి దుస్తులతో పాటు స్నానం చేయకుండా తమను తాము అపవిత్రంగా భావిస్తారు. ఇది ఎంత తెలివైన ఉపాయం! ప్రతి ఒక్కరినీ ప్రేమించే దేవుణ్ణి పూజించడానికి ఒక ఆలయం నిర్మించబడింది, కానీ అంటరానివారు అక్కడ ప్రవేశిస్తే, ఆ ఆలయం అపవిత్రమవుతుంది. దేవుడికి కోపం వస్తుంది! ఇంట్లో పరిస్థితి ఇలా ఉన్నప్పుడు, సమానత్వం పేరుతో మనం బయట గొడవలు పడుతున్నారా? అప్పుడు మన వైఖరి కూడా కృతఘ్నతతో సమానం. అతి తక్కువ పని చేసి మనకు సౌకర్యాలు కల్పించే వారినే మనం ధిక్కరిస్తాం. మనం జంతువులను పూజించవచ్చు కానీ మనుషుల దగ్గర కూర్చోలేము.

ఈ రోజు ఈ ప్రశ్నపై చాలా శబ్దం ఉంది. ఈ రోజుల్లో ఆ ఆలోచనలు ప్రత్యేక శ్రద్ధ వహిస్తున్నాయి. దేశంలో విముక్తి కాంక్ష పెరుగుతున్న తీరు, మతతత్వ భావన మరేదైనా ప్రయోజనం తెచ్చిపెట్టిందా లేదా, అది ఖచ్చితంగా ఒక ప్రయోజనాన్ని

అందించింది. మరిన్ని హక్కులను డిమాండ్ చేసేందుకు తమ తమ సంఘాల సంఖ్యను పెంచడంపై అందరూ ఆందోళన చెందారు. ముస్లింలు కొంచెం ఎక్కువ పట్టుబట్టారు. అంటరానివారిని ముస్లింలుగా మార్చడం మరియు వారికి సమాన హక్కులు కల్పించడం ప్రారంభించాడు. ఇది హిందువుల అహాన్ని దెబ్బతీసింది. పోటీ పెరిగింది. అల్లర్లు కూడా జరిగాయి. క్రమంగా సిక్కులు కూడా మనం వెనుకబడి ఉండకూడదని అనుకున్నారు. అమృతం చల్లడం కూడా ప్రారంభించాడు. అంటరానివారు తమ పవిత్రమైన దారాన్ని తీసివేయడం లేదా వారి జుట్టును కత్తిరించుకోవడంపై హిందువులు మరియు సిక్కుల మధ్య పోరాటాలు జరిగాయి. ఇప్పుడు మూడు వర్గాలూ అంటరానివారిని తమవైపు ఆకర్షిస్తున్నాయి. ఇది చాలా సందడిగా ఉంది. మరోవైపు, క్రైస్తవులు నిశ్శబ్దంగా తమ హోదాను పెంచుకుంటున్నారు. రండి, ఈ తతంగం అంతా దేశానికి పట్టిన శాపం తొలగిపోతోంది.

ఇక్కడ, అంటరానివారు తమ వల్ల తమ మధ్య విభేదాలు రావడం, అందరూ తమ ఆహారంగా భావించడం చూసినప్పుడు, వారు తమను తాము విడిగా ఎందుకు నిర్వహించకూడదు? ఈ ఆలోచనను అమలు చేయడంలో బ్రిటీష్ ప్రభుత్వానికి ఎటువంటి పాత్ర ఉండకపోవచ్చు లేదా ఉండకపోవచ్చు, కానీ ఈ ప్రచారంతో ప్రభుత్వ యంత్రాంగానికి చాలా సంబంధం ఉందని ఖచ్చితంగా చెప్పవచ్చు. ఆ ఆలోచనను ప్రచారం చేసిన ఫలితమే 'ఆది ధర్మ మండలం' వంటి సంస్థలు.

ఇప్పుడు ఈ సమస్యకు సరైన పరిష్కారం ఏది అని మరొక ప్రశ్న తలెత్తుతుంది? దీనికి సమాధానం చాలా ముఖ్యం. అన్నింటిలో మొదటిది, మానవులందరూ సమానమే మరియు పుట్టుకతో లేదా పని విభజన ద్వారా ఎవరూ భిన్నంగా సృష్టించబడరని నిర్ణయించుకోవాలి. అంటే, ఒక వ్యక్తి పేద స్కావెంజర్ కుటుంబంలో జన్మించినందున, అతను తన జీవితమంతా మురికిని మాత్రమే శుభ్రపరుస్తాడు మరియు ప్రపంచంలో ఎలాంటి అభివృద్ధి పనులను పొందే హక్కు అతనికి లేదు, ఈ విషయాలు అర్థరహితమైనవి. ఈ విధంగా, మన పూర్వీకులు ఆర్యులు వారిని అన్యాయంగా ప్రవర్తించారు మరియు వారిని హీనంగా పిలిచారు మరియు వారిని చిన్న ఉద్యోగాలు చేయడం ప్రారంభించారు. అదే సమయంలో, వారు తిరుగుబాటు చేస్తారేమోననే ఆందోళన నెలకొంది, అప్పుడు ఇది మీ పూర్వ జన్మ పాపాల ఫలితం అని పునర్జన్మ తత్వం ప్రచారం చేయబడింది. ఇప్పుడు ఏమి జరగవచ్చు? రోజంతా నిశ్శబ్దంగా గడపండి! ఈ విధంగా వారికి సహనాన్ని

ఉపదేశిస్తూ చాలా కాలం వారిని శాంతపరిచారు. కానీ అతను పెద్ద పాపం చేశాడు. మనిషిలోని మానవత్వం నాశనమైంది. ఆత్మవిశ్వాసం, ఆత్మవిశ్వాసం అనే భావాలు నాశనమయ్యాయి. చాలా అణచివేత మరియు అన్యాయం జరిగింది. వాటన్నింటికీ ప్రాయశ్చిత్తం చేసుకునే సమయం వచ్చింది.

దీంతో మరో సమస్య ఎదురైంది. అవసరమైన పనుల గురించి ప్రజల మనస్సులలో ద్వేషం పుట్టింది. ఆ నేతను కూడా తిట్టాం. నేడు వస్త్రాలు నేసేవారిని కూడా అంటరానివారిగా పరిగణిస్తున్నారు

వెళ్దాం. మీరు. పి. వైపు, కహర్ కూడా అంటరానిదిగా పరిగణించబడ్డాడు. ఇది పెద్ద గందరగోళాన్ని సృష్టిస్తుంది

హుయ్. అటువంటి పరిస్థితిలో, అభివృద్ధి ప్రక్రియలో అడ్డంకులు సృష్టించబడుతున్నాయి.

ఈ విభాగాలను మన ముందు ఉంచుకుని, మనం వారిని అంటరానివారిగా పిలవకూడదు లేదా వాటిని పరిగణించకూడదు. అంతే, సమస్య పరిష్కారమైంది. నౌజవాన్ భారత్ సభ మరియు నౌజవాన్ కాంగ్రెస్ అనుసరించిన విధానం చాలా బాగుంది. అమృతం చిందకుండా, కల్మషం బోధించకుండా, శుద్ధి చేయకుండా, తమ పాపాలకు అంటరాని వారని, వారిని మనలాగే మనుషులుగా భావించి, వారిని మన ఊళ్లో చేర్చుకుని, వారిచేతిలోంచి నీళ్లు తాగించి, క్షమాపణ చెప్పాలి. మార్గం. మరియు తమలో తాము పోరాడుకోవడం మరియు ప్రవర్తనలో ఎటువంటి హక్కులు ఇవ్వకపోవడం సరైన విషయం కాదు.

గ్రామాల్లో కార్మిక ప్రచారం ప్రారంభమైనప్పుడు. అప్పట్లో ఈ భాంగీ-చామర్‌లు తలపై చేయి వేసుకుని మీ పని ఆపేస్తారని ప్రభుత్వ పెద్దలు రైతులను రెచ్చగొట్టేవారు. అప్పుడే రైతులు ఆగ్రహం వ్యక్తం చేశారు. ఈ నిరుపేదలను నీచంగా, దుష్టులుగా పిలుస్తూ తమ బూటు కింద పెట్టుకున్నంత కాలం వారి పరిస్థితి మెరుగుపడదని గుర్తుంచుకోవాలి. అతను శుభ్రంగా లేడని తరచుగా చెబుతారు. సమాధానం స్పష్టంగా ఉంది - వారు పేదవారు. పేదరికాన్ని నయం చేయండి. ఉన్నత వంశాల నుండి

పేద ప్రజలు కూడా తక్కువ మురికి కాదు. మురికి పని చేయడం సబబు కాదు, ఎందుకంటే తల్లులు తమ పిల్లల మురికిని శుభ్రం చేయడం ద్వారా స్కావెంజర్‌లుగా మరియు అంటరానివారుగా మారరు.

అయితే అంటరాని వర్గాలు తమను తాము సంఘటితం చేసుకునే వరకు ఈ పని జరగదు. వారు తమను తాము విడివిడిగా నిర్వహించడం మరియు ముస్లింలు

సమాన సంఖ్యలో ఉన్నందున వారికి సమాన హక్కులను డిమాండ్ చేయడం చాలా ఆశాజనకమైన సంకేతం అని మేము నమ్ముతున్నాము. మత విభేదాల సమస్యకు ముగింపు పలకండి, లేకుంటే వారికి ప్రత్యేక హక్కులు కల్పించండి. పాఠశాలలు, కళాశాలలు, బావులు మరియు రోడ్ల వినియోగంలో వారికి పూర్తి స్వేచ్ఛను అందించడం కౌన్సిల్‌లు మరియు అసెంబ్లీల విధి. కేవలం మాటలతోనే కాకుండా వెంట తీసుకెళ్లి బావులకు నైవేద్యంగా పెడతారు. వారి పిల్లలను పాఠశాలల్లో చేర్పించాలి. కానీ బాల్య వివాహాలకు వ్యతిరేకంగా ప్రవేశపెట్టిన బిల్లులు మతం సాకుతో అల్లకల్లోలం అవుతున్న చట్టసభల్లో అంటరాని వారిని చేర్చే ధైర్యం వారికి ఎలా ఉంటుంది?

అందువల్ల వారికి సొంత ప్రజా ప్రతినిధులు ఉండాలని మేము నమ్ముతున్నాము. వారు తమకు మరిన్ని హక్కులను డిమాండ్ చేయాలి. అస్పృశ్యులు అని పిలువబడే నిజమైన ప్రజా సేవకులారా మరియు సోదరులారా, లేవండి అని మేము స్పష్టంగా చెబుతున్నాము! లేవండి! మీ చరిత్ర చూడండి. గురుగోవింద్ సింగ్ సైన్యానికి నిజమైన బలం మీరే! శివాజీ మీ ట్రస్ట్‌పై మాత్రమే ప్రతీదీ చేయగలడు, అందుకే అతని పేరు ఇప్పటికీ సజీవంగా ఉంది. మీ త్యాగాలు సువర్ణాక్షరాలతో లిఖించబడ్డాయి. ప్రతిరోజూ ప్రజలకు సేవ చేస్తూ, వారి ఆనందాన్ని పెంచుతూ, జీవితాన్ని సుసాధ్యం చేస్తూ మీరు చేస్తున్న పెద్ద ఉపకారం మాకు అర్థం కావడం లేదు. భూ-అలీనేషన్ చట్టం ప్రకారం, మీరు డబ్బు వసూలు చేసి కూడా భూమిని కొనుగోలు చేయలేరు. మీరు చాలా అణచివేయబడుతున్నారు, మిస్ మాయో మానవులకు కూడా చెప్పింది - మేల్కొలపండి, మీ శక్తిని గుర్తించండి. నిర్వహించండి. నిజానికి, మీరే ప్రయత్నించకుండా మీరు ఏమీ సాధించలేరు. (Those who would be free must themselves strike the blow.)

స్వాతంత్ర్యం కోసం ప్రయత్నించాలి. మనిషి తనకు మరింత హక్కులు కావాలనుకునే అలవాట్లను క్రమంగా అభివృద్ధి చేసుకున్నాడు, కానీ తనకు అధీనంలో ఉన్నవారిని తన బూట్ల క్రింద ఉంచాలని కోరుకుంటాడు. ఒక సామెత ఉంది - 'కన్నుల దయ్యాలు మాటలతో ఏకీభవించవు.' అంటే, సంఘటితమై, కాళ్లపై నిలబడి మొత్తం సమాజానికి సవాలు విసిరారు. అప్పుడు చూడండి, మీ హక్కులను ఎవరూ తిరస్కరించడానికి సాహసించరు. వేరొకరి ఆహారంగా మారవద్దు. ఇతరుల ముఖాలను చూడవద్దు. కానీ గుర్తుంచుకోండి, బ్యూరోక్రసీ ఉచ్చులో పడకండి. ఇది మీలో ఒకటి

ఆమెకు సహాయం చేయడం ఇష్టం లేదు, కానీ మిమ్మల్ని తన బంటుగా చేసుకోవాలనుకుంటోంది. మీ బానిసత్వానికి, పేదరికానికి అసలు కారణం ఈ

పెట్టుబడిదారీ బ్యూరోక్రసీ. అందుకే మీరు అతన్ని ఎప్పుడూ కలవలేదు. అతని కదలికలను నివారించండి. అప్పుడు అంతా బాగానే ఉంటుంది. మీరే నిజమైన శ్రామికవర్గం... సంఘటితమవ్వండి. నీకు ఏమీ జరగదు. బానిసత్వం యొక్క గొలుసులు మాత్రమే కత్తిరించబడతాయి. లేచి ఇప్పుడున్న వ్యవస్థపై తిరుగుబాటు చేయండి. క్రమంగా సంస్కరణల వల్ల సాధించేదేమీ ఉండదు. సామాజిక ఉద్యమం ద్వారా విప్లవాన్ని సృష్టించండి మరియు రాజకీయ మరియు ఆర్థిక విప్లవానికి సన్నద్ధం చేయండి. మీరు దేశానికి ప్రధాన మద్దతు, నిజమైన శక్తి. నిద్రపోతున్న సింహం! లేచి తిరుగుబాటు ప్రారంభించండి

# యువకుడా!
# (మే, 1925)

*'యువకుడా!' క్రింద ఇవ్వబడిన భగత్ సింగ్ యొక్క ఈ వ్యాసం బల్వంత్ సింగ్ పేరు మీద 'సప్తాహిక్ మత్వాలా'లో ప్రచురించబడింది (సంవత్సరం: 2, సంచిక నం. 36, 16 మే, 1925). ఈ వ్యాసం యొక్క చర్చ 'మత్వాలా' సంపాదకీయ పనితో సంబంధం ఉన్న ఆచార్య శివపూజన్ సహాయ్ డైరీలో కూడా కనుగొనబడింది. కథనానికి ముందు 'ఆలోచన'లో ప్రచురితమైన డైరీలోని ఆ సారాంశాన్ని కూడా ఉటంకిస్తున్నారు.*

సాయంత్రం సమావేశ మందిరంలోని థియేటర్‌పై దేశభక్తుని స్మారకార్థం సభ నిర్వహించారు. భగత్ సింగ్ 'మత్వాలా' (కలకత్తా)లో ఒక వ్యాసం రాశాడు: ఎవరికి. పుస్తక్ భండార్ ప్రచురించిన 'యువక్ సాహిత్యం'లో ఎడిట్ చేసి ప్రింట్ చేసి సేకరించాను. ఆ వ్యాసం బల్వంత్ సింగ్ పేరు మీద వ్రాయబడింది. విప్లవాత్మక కథనాలు తరచుగా అనామకంగా వ్రాయబడ్డాయి. ఈ రహస్యం ఎవరికీ తెలియదు. ఆ కథనం యువతకు సంబంధించినది. అతను దానిని లాహోర్ నుండి పంపాడు. అసలు పేరుకు బదులు 'బల్వంత్ సింగ్' అని ముద్రించాలని రాశారు. (ఆచార్య శివపూజన్ సహాయ్ డైరీ నుండి సారాంశాలు, మార్చి 23, పేజీ 28, విమర్శ-67/సంవత్సరం 32/అక్టోబర్-డిసెంబర్, 1983)

యవ్వనం మానవ జీవితంలో వసంతకాలం. అది పొందిన తర్వాత మనిషి మత్తులో ఉంటాడు. వేల బాటిళ్ల మత్తు ప్రబలుతోంది. సృష్టికర్త ఇచ్చిన శక్తులన్నీ వేల సంఖ్యలో ప్రవహించాయి. యవ్వనం మదండ మాతంగ్ లాగా హద్దులు లేనిది, వర్షాకాలంలో శోణభద్రుడిలా ఉగ్రమైనది, ప్రళయకాలపు ప్రభంజనంలా క్రూరమైనది, నవ వసంతపు మొదటి మొగ్గలా సౌమ్యమైనది, అగ్నిపర్వతంలా వికృతమైనది మరియు భైరవి-సంగీతం వలె మధురంగా ఉంటుంది. ప్రకాశించే ఉదయపు అందం, సువాసనతో కూడిన సాయంత్రం అందం, శరచ్చంద్రిక యొక్క మాధుర్యం, వేసవి మధ్యాహ్నం వేడి మరియు భాద్రపది అమావాస్య అర్ధరాత్రి యొక్క ఉగ్రత యవ్వనంలో అంతర్లీనంగా ఉన్నాయి. విప్లవకారుడి జేబులో బాంబులా, కుట్రదారుడి గాడిదలో లోడ్ చేయబడిన పిస్టల్,

ధైర్య యోధుని చేతిలో కత్తి లాగా, మనిషి శరీరంలో కూడా యవ్వనం ఉంటుంది. 16 నుండి 25 సంవత్సరాల పాటు, దేవుడు మొత్తం ప్రపంచం యొక్క ఆర్తనాదాలను ఎముకలు మరియు రాళ్ళ ఓడలో సేకరించి దానిని మూసివేస్తాడు. పదేళ్లుగా ఈ చెక్క పడవ తుఫానులో అల్లాడుతోంది. శస్య శ్యామల తన యవ్వనంలో వసుంధర కంటే మరింత అందంగా ఉంది, కానీ ఆమె భూకంపం యొక్క ఉగ్రతతో నిండిపోయింది. అందుకే యువకుడికి రెండు దారులు మాత్రమే - ప్రగతి శిఖరాన్ని అధిరోహించగలడు, అధోకరణం అనే చీకటి అగాధంలో పడగలడు. అతను కోరుకుంటే, యువకుడు త్యాగం చేయగలడు, అతను కోరుకుంటే, యువకుడు విలాసవంతమైన వ్యక్తి కావచ్చు. అతను దేవుడు కావచ్చు లేదా పిశాచం కూడా కావచ్చు. అతను మాత్రమే ప్రపంచాన్ని ఇబ్బంది పెట్టగలడు, అతను మాత్రమే ప్రపంచానికి రక్షణ ఇవ్వగలడు. ఇది ప్రపంచంలో యువత సామ్రాజ్యం. ప్రపంచ చరిత్ర యువకుల రికార్డులతో నిండి ఉంది. రాంచండీ నుదుటిపై యువతే రేఖ. ఆ యువకుడు దేశం గర్వించదగ్గ కీర్తి. యువత దేశ విజయానికి, కీర్తికి బలమైన ప్రతీక. అది మహాభారతంలోని భీష్మ పర్వంలోని మొదటి ఘోషలాగా, మొదటి సమావేశం యొక్క ఆవేశపూరితమైన ముద్దులాగా, రావణుడి అహంకారంలా నిర్భయంగా, ప్రహ్లాదుని సత్యాగ్రహం వలె దృఢంగా మరియు అచంచలమైనది. మీకు పెద్ద హృదయం కావాలంటే యువత హృదయాల్లోకి చూడండి. ఆత్మబలిదానాల వీరుడు కావాలంటే యువత నుంచి అడగండి. రసికతను ఆయన పంచుకున్నారు. ఇది భావకవిత్వంపై అతని నాణెం. ఛందస్సులో అజ్ఞానం ఉన్నా, ప్రతిభావంతుడైన కవి. కవి తన హృదయానికి తేనె కూడా. అతనికి రసాల నిర్వచనం తెలియదు, కానీ అతను కవిత్వానికి నిజమైన రసికుడు. యవ్వనం అనేది సృష్టి యొక్క విచిత్రమైన సమస్య. యువకుడు దైవిక సృష్టి-నైపుణ్యానికి అద్భుతమైన ఉదాహరణ. సాయంత్రం నది ఒడ్డున గంటల తరబడి కూర్చుంటాడు. హోరిజోన్ వైపు కదులుతున్న రక్తకిరణం ఆకర్షింపబడిన కళ్లతో సూర్యభగవానుని చూస్తూనే ఉంటుంది. అవతలి వైపు నుండి వచ్చే సంగీత తరంగం యొక్క నెమ్మదిగా ప్రవాహంలో ఒకరు మునిగిపోతారు. అతని జీవితం విచిత్రం. అతని ధైర్యం అమోఘం. అతని ఉత్సాహం అలుపెరగనిది.

అతను నిర్లక్ష్య, నిర్లక్ష్య. అంకితభావం ఉంటే రాత్రంతా మెలకువగా ఉండడం అతని ఎడమచేతి ఆట, జ్యేష్ఠ మాసం మధ్యాహ్నానికి చైతు వెన్నెల, రుతుపవనాల వర్షం మంగళోత్సవపు పూల వర్షం, శ్మశాన వాటికలో నిశ్చలత. , తోట అందం రేపటి హమ్. అతను కోరుకుంటే, అతను సమాజానికి మరియు కులానికి జ్ఞానోదయం చేయగలడు, దేశం గర్వించేలా చేయగలడు, జాతి ముఖాన్ని

ప్రకాశవంతం చేయగలడు మరియు పెద్ద సామ్రాజ్యాలను పడగొట్టగలడు. పతనమైనవారి ఉద్ధరణ, లోక మోక్ష సూత్రాలు ఆయన చేతిలో ఉన్నాయి. అతను ఈ భారీ ప్రపంచ వేదికపై నిష్ణాతుడైన ఆటగాడు.

రక్తదానం కావాలంటే యువకుడు తప్ప ఎవరు ఇస్తారు? త్యాగం కావాలంటే యువకుడి వైపు చూడాల్సిందే. ప్రతి కులానికి చెందిన యువత అదృష్టవంతులు.

ఉన్నాయి. ఒక పాశ్చాత్య పండితుడు సరిగ్గా ఇలా అన్నాడు:-

It is an established truism that youngmen of today are the countrymen of tomorrow holding in their hands the high destinies of the land. They are the seeds that spring and bear fruit. నేటి యువతే రేపటి దేశానికి భాగస్వామ్య కర్తలు అని అర్థం. అవి భవిష్యత్ విజయానికి బీజాలు.

ప్రపంచ చరిత్ర పుటలను తెరిచి చూడండి, అవి యువకుల రక్తంతో రాసిన అమర సందేశాలతో నిండి ఉన్నాయి. ప్రపంచంలోని విప్లవాలు మరియు మార్పుల వర్ణనలను క్రమబద్ధీకరించండి మరియు జ్ఞానులు 'పిచ్చి అబ్బాయిలు' లేదా 'తప్పదారి పట్టేవారు' అని పిలిచే యువకులను మాత్రమే మీరు కనుగొంటారు. కానీ దేశభక్తితో తమ మృతదేహాలతో కోట గుంటలను నింపిన జపాన్ యువకులు ఎలాంటి ఉక్కుతో ఉన్నారో పేదలు ఎలా అర్థం చేసుకోగలరు. నిజమైన యువకుడు సంకోచం లేకుండా మృత్యువును ఆలింగనం చేసుకుంటాడు, బయోనెట్‌ల ముందు తన ఛాతీని తెరిచి నిలబడి, ఫిరంగి నోటి వద్ద కూర్చొని కూడా నవ్వుతూ ఉంటాడు, గొలుసుల గణగణానికి జాతీయ గీతాన్ని ఆలపిస్తాడు మరియు ఉరిపై హాస్యాస్పదంగా ఉంటాడు. ఉరి వేసే రోజు బరువు పెరిగేది యువకుడే, జైలు ప్లాట్‌ఫారమ్‌పై ప్రబోధ మంత్రం పాడే యువకుడు, చెరసాల చీకటిలో మునిగిపోయిన తర్వాత మాత్రమే అతను తన దేశాన్ని చీకటి నుండి రక్షించాడు. అమెరికా యువజన సంఘం నాయకుడు పాట్రిక్ హెన్రీ ఒకసారి తన శక్తివంతమైన ప్రసంగంలో ఇలా అన్నాడు:-

Life is a dearer outside the prisonwalls, but it is immeasurably dearer

within the prison-cells, where it is the price paid for the freedom's fight.

అంటే, జైలు గోడల వెలుపల జీవితం చాలా ఖరీదైనది, కానీ జైలు గదులలో జీవితం మరింత ఖరీదైనది ఎందుకంటే అక్కడ స్వాతంత్ర్య పోరాటానికి మూల్యం చెల్లించబడుతుంది.

అలాంటి సజీవ నాయకుడు ఉన్నప్పుడే, అమెరికా యువతకు ఈ బర్నింగ్ డిక్లరేషన్ చేసే ధైర్యం ఉంటుంది, We believe that when a Government becomes a destructive of the natural right of man, it is the man's duty to destroy that Government

" అంటే, జన్మహక్కులను అణిచివేసే శక్తిని నాశనం చేయడం మనిషి కర్తవ్యమని అమెరికా యువత నమ్ముతోంది. హే భారతీయ యువకుడా! అజాగ్రత్త నిద్రలో, తెలియకుండా ఎందుకు నిద్రపోతున్నావు? మేల్కొలపండి, మీ కళ్ళు తెరవండి, చూడండి, ప్రాచీ-దిషాల నుదిటి వెర్మిలియన్ అయింది. ఇప్పుడు ఎక్కువగా నిద్రపోకండి. నువ్వు నిద్రపోవాలనుకుంటే వెళ్లి శాశ్వతమైన నిద్ర ఒడిలో పడుకో. పురుషత్వం యొక్క అంతర్భాగంలో ఎందుకు నిద్రపోతాడు? ప్రాపంచిక కోరికలు

అనురాగాన్ని విడిచిపెట్టి, ఉరుము లేచింది: -

Farewell Farewell My true Love
The army is on move;
And if I stayed with you Love
A coward I shall prove."

నీ తల్లి, నీ సుప్రభాత స్మరణ, నీ పరమపూజ, నీ జగదాంబ, నీ అన్నపూర్ణ, నీ త్రిశూల్ధారిణి, నీ సింఘవాహిని, నీ శస్యశ్యామలంచల ఈరోజు వెక్కి వెక్కి ఏడుస్తున్నాయి. అతని బాధ మిమ్మల్ని కొంచెం కూడా అశాంతికి గురి చేయలేదా? నీ నిర్జీవత్వానికి అవమానం! మీ పూర్వీకులు కూడా ఈ నపుంసకత్వానికి నమస్కరిస్తారు! మీలో ఏ భాగానైనా మీకు ఇంకా ధైర్యం మిగిలి ఉంటే, లేచి, మీ తల్లి పాలను గౌరవించండి, ఆమె మోక్షానికి కారకులవండి, ఆమె ప్రతి కన్నీటి బొట్టుతో ప్రమాణం చేయండి, ఆమె తెప్పను దాటి స్వేచ్ఛగా చెప్పండి - వందేమాతరం .

# నౌజవాన్ భారత్ సభ, లాహోర్ మేనిఫెస్టో (ఏప్రిల్, 1928)

*షాహీద్ భగత్ సింగ్ మరియు భగవతి చరణ్ వోహ్రా 1926 నుండి యువత మరియు విద్యార్థులను సంఘటితం చేయడానికి ప్రయత్నాలు ప్రారంభించారు. 1928 ఏప్రిల్ 11, 12, 13 తేదీలలో అమృత్‌సర్‌లో జరిగిన నౌజవాన్ భారత్ సభ సదస్సు కోసం సభ యొక్క మ్యానిఫెస్టో తయారు చేయబడింది, ఇది క్రింద ఇవ్వబడింది. ఈ సమావేశానికి ప్రధాన కార్యదర్శిగా భగత్ సింగ్, ప్రచార కార్యదర్శిగా భగవతి చరణ్ వోహ్రా నియమితులయ్యారు.*

యువ స్నేహితులు,

మన దేశం అస్తవ్యస్తంగా సాగుతోంది. చుట్టూ ఒకరి పట్ల ఒకరు అపనమ్మకం మరియు నిరాశ సామ్రాజ్యం ఉంది. దేశంలోని పెద్ద నాయకులు తమ ఆదర్శాలపై విశ్వాసం కోల్పోయారు మరియు వారిలో చాలా మందికి ప్రజల విశ్వాసం లేదు. భారత స్వాతంత్ర్య వాదులకు ఎటువంటి కార్యక్రమం లేదు, ఉత్సాహం లేదు. చుట్టూ గందరగోళం నెలకొంది. కానీ దేశాన్ని నిర్మించే ప్రక్రియలో అరాచకం అనివార్యమైన మరియు అవసరమైన దశ. ఇలాంటి క్లిష్ట క్షణాల్లోనే కార్మికుల నిజాయితీని పరీక్షించి, వారి పాత్రను నిర్మించి, నిజమైన కార్యక్రమం రూపొందించబడి, కొత్త ఉత్సాహంతో, కొత్త ఆశలతో, కొత్త విశ్వాసంతో, కొత్త ఉత్సాహంతో పని ప్రారంభమవుతుంది. అందువల్ల, నిరుత్సాహపడాల్సిన పని లేదు.

కొత్త శకం యొక్క ప్రవేశద్వారం వద్ద నిలబడటం మనం చాలా అదృష్టవంతులం. బ్రిటీష్ బ్యూరోక్రసీని పెద్ద ఎత్తున పొగిడే పాటలు ఇప్పుడు వినిపించవు. “మీరు కత్తితో పాలిస్తారా లేదా కలంతో పాలిస్తారా?” అనే చారిత్రక ప్రశ్న బ్రిటిష్ వారికి ఉంది. ఇప్పుడు దానికి సమాధానం చెప్పని పరిస్థితి. లార్డ్ బిర్కెన్‌హెడ్ మాటలలో, "మేము భారతదేశాన్ని కత్తితో గెలిచాము మరియు కత్తితో పట్టుకుంటాము." ఈ నిజాయితీ ఇప్పుడు జలియన్‌వాలా, మనవాలాల దురాగతాలను క్లియర్ చేసింది.

స్వపరిపాలన స్థానంలో సుపరిపాలన జరగదు" అని గుర్తు చేసుకున్న తర్వాత కోట్ చేయడం అసంబద్ధం. ఈ విషయం స్వయంగా స్పష్టమైంది. భారతదేశంలో బ్రిటిష్ పాలన అందించిన సుఖాలు మరియు సంపద గురించి కొన్ని మాటలు వినండి. భారతీయ పరిశ్రమల క్షీణత మరియు విధ్వంసం గురించి సాక్ష్యంగా రమేష్చంద్ర దత్, విలియం డిగ్బీ మరియు దాదాభాయ్ నౌరోజీ యొక్క అన్ని రచనలను ఉదహరించడం అవసరమా? సారవంతమైన భూమి మరియు గనులు ఉన్నప్పటికీ, భారతదేశం ఈ రోజు అత్యంత పేద దేశాలలో ఒకటిగా ఉందని, గొప్ప నాగరికత గురించి గర్వించదగిన భారతదేశం నేడు చాలా వెనుకబడిన దేశంగా ఉందని, ఇక్కడ అక్షరాస్యత నిష్పత్తి ఐదు మాత్రమే ఉందని నిరూపించడానికి మనం ఏదైనా ఆధారాలు సేకరించాలా? శాతం? భారతదేశంలో అత్యధిక మరణాలు సంభవిస్తున్నాయని మరియు పిల్లల మరణాల నిష్పత్తి ప్రపంచంలోనే అత్యధికమని ప్రజలకు తెలియదా?

ప్లేగు, కలరా, ఇన్ఫ్లుఎంజా లాంటి మహమ్మారి రోజురోజుకూ రోగాలుగా మారుతున్నాయి. స్వపరిపాలనలో మనం అసమర్థులమని పదే పదే వినడం అవమానకరమైన విషయం కాదా? గురుగోవింద్ సింగ్, శివాజీ, హీరా సింగ్ వంటి వీర వనితలు ఉన్నప్పటికీ మనల్ని మనం రక్షించుకునే శక్తి మనకు లేదని చెప్పడం అవమానకరం కాదా? పాపం, మా వాణిజ్యం మరియు వ్యాపారం దాని శైశవదశలో నలిగిపోవడాన్ని మేము చూడలేదు. బాబా గురుదత్ సింగ్ 1914లో గురునానక్ స్టీమ్‌షిప్‌ను ప్రారంభించేందుకు ప్రయత్నించినప్పుడు, సుదూర దేశమైన కెనడాలో అమానవీయంగా ప్రవర్తించి, భారతదేశానికి వస్తున్నప్పుడు, ఆ సాహసోపేత ప్రయాణీకులకు బాజ్ నౌకాశ్రయంలో బుల్లెట్లతో రక్తపు స్వాగతం పలికారు. -బాజ్. మరియు ఇంకా ఏమి చేయలేదు? అవన్నీ మనం చూడలేదా?

ద్రౌపది గౌరవాన్ని కాపాడటానికి మహాభారతం వంటి గొప్ప యుద్ధం జరిగిన భారతదేశంలో, 1919 లో డజన్ల కొద్దీ ద్రౌపది అవమానించబడింది, వారి నగ్న ముఖాలపై ఉమ్మివేయబడింది. అవన్నీ మనం చూడలేదా? ఇప్పటికీ ప్రస్తుత వ్యవస్థపై సంతృప్తిగానే ఉన్నాం. ఇది జీవించడానికి విలువైన జీవితమా? మనం బానిసలమని మరియు స్వేచ్ఛగా ఉండాలని గ్రహించడానికి మనకు కొంత దైవిక జ్ఞానం లేదా దేవదూతల స్వరం అవసరమా? మనం అవకాశం కోసం ఎదురుచూస్తామా లేక తెలియని వారి కోసం ఎదురుచూస్తామా? మనం విముక్తులయ్యేలా ఏదైనా దైవిక సహాయం వస్తుందని లేదా ఏదైనా మాయాజాలం జరుగుతుందని మనం వేచి ఉంటామా? స్వేచ్ఛకు సంబంధించిన ప్రాథమిక

సూత్రాలు మనకు తెలియదా? "స్వేచ్ఛగా ఉండాలనుకునే వారు తమను తాము గాయపరచుకోవాలి." యువకులారా, మేల్కొలపండి, లేవండి, మేము చాలా సేపు నిద్రపోయాము! యువత ధైర్యవంతులు, ఉదారంగా మరియు భావోద్వేగంతో ఉంటారు కాబట్టి మేము యువతకు మాత్రమే విజ్ఞప్తి చేసాము, ఎందుకంటే యువత భయంకరమైన అమానవీయ హింసలను చిరునవ్వుతో భరిస్తుంది.

దీన్ని చేయండి మరియు ఎటువంటి సంకోచం లేకుండా మరణాన్ని ఎదుర్కోండి, ఎందుకంటే మానవ పురోగతి యొక్క మొత్తం చరిత్ర యువతీ యువకుల రక్తంతో వ్రాయబడింది; ఎందుకంటే సంస్కరణలు ఎల్లప్పుడూ యువత బలం, ధైర్యం, స్వయం త్యాగం మరియు భావోద్వేగ విశ్వాసం ద్వారా సాధించబడ్డాయి - 'భయం తెలియని యువకులు మరియు వారి ఆలోచన కంటే హృదయంతో ఎక్కువ అనుభూతి చెందుతారు.'

పోర్ట్ ఆర్థర్‌కు డ్రై మార్గాన్ని నిర్మించడానికి వందల సంఖ్యలో తమను తాము కందకాలలోకి విసిరిన జపాన్ యువత కాదా? మరియు నేడు జపాన్ ప్రపంచంలో అత్యంత అభివృద్ధి చెందిన దేశాలలో ఒకటి. గత శతాబ్దమంతా పోరాడి, ఓడిపోయి, మళ్లీ మళ్లీ ధైర్యంగా పోరాడింది పోలాండ్ యువత కాదా? మరియు నేడు ఉచిత పోలాండ్ మన ముందు ఉంది. ఆస్ట్రియా కాడి నుండి ఇటలీని ఎవరు విడిపించారు? యువ ఇటలీ!

యంగ్ టర్క్స్ చూపించిన అద్భుత ఫీట్ ఏంటో తెలుసా? చైనా యువత ఏం చేస్తుందో రోజూ వార్తాపత్రికల్లో చదవడం లేదా? రష్యన్ల మోక్షం కోసం తమ జీవితాలను త్యాగం చేసింది రష్యా యువత కాదా? దోస్తోవ్స్కీ వంటి వ్యక్తులు సోషలిస్ట్ డిబేటింగ్ సొసైటీలో సభ్యులుగా ఉన్నందున గత శతాబ్దంలో కేవలం సోషలిస్ట్ కరపత్రాలను పంపిణీ చేసినందుకు సైబీరియాకు బహిష్కరించబడ్డారు. అణచివేత తుఫానును మళ్లీ మళ్లీ ఎదుర్కొన్నాడు, కానీ అతను ధైర్యం కోల్పోలేదు. అతను పోరాడుతున్న యువకుడు. మరియు ప్రతిచోటా యువత మాత్రమే నిర్భయంగా, ఎటువంటి సంకోచం లేకుండా మరియు అధిక అంచనాలు లేకుండా పోరాడగలరు. మరియు ఈ రోజు మనం గొప్ప రష్యాలో ప్రపంచ రక్షకుని చూడవచ్చు.

మనం భారతీయులం అయితే మనం ఏం చేస్తున్నాం? పీపుల్ చెట్టు కొమ్మ విరిగిన వెంటనే హిందువుల మతపరమైన మనోభావాలు దెబ్బతింటాయి. విగ్రహాలను పగలగొట్టే ముస్లిముల తాజియా అనే కాగితపు విగ్రహం మూల చిరిగిపోగానే అల్లా ఆగ్రహానికి గురై 'అపవిత్రమైన' హిందువుల రక్తంతో ఏ మాత్రం

తృప్తి చెందదు. జంతువుల కంటే మనుషులకే ఎక్కువ ప్రాధాన్యత ఇవ్వాలి, కానీ ఇక్కడ భారతదేశంలో ప్రజలు పవిత్ర జంతువుల పేరుతో ఒకరి తలలు ఒకరు పగలగొట్టుకుంటారు.

అంతర్జాతీయవాదం అనే అర్థంలేని అర్థంలేని మాటల వెనుక తమ సోమరితనాన్ని దాచుకునే వారు మన మధ్య చాలా మంది ఉన్నారు. వారు తమ దేశానికి సేవ చేయమని అడిగినప్పుడు, "అయ్యా, మేము ప్రపంచ సోదరులం మరియు మాకు సార్వత్రిక సోదరభావం ఉంది" అని చెబుతారు.

నమ్మకం. బ్రిటీష్ వారితో మనం గొడవ పడకూడదు. అతను మా సోదరుడు. " ఎంత గొప్ప ఆలోచనలు, ఎంత అందమైన పదజాలం! కానీ వారు దాని సంక్లిష్టతను గ్రహించలేరు. సార్వత్రిక సౌభ్రాతృత్వం యొక్క సూత్రం మనిషిని మనిషి మరియు దేశం ద్వారా దేశం దోపిడీ చేయడం అసాధ్యం, వివక్ష లేకుండా అందరికీ సమాన అవకాశాలు కల్పించాలని డిమాండ్ చేస్తుంది. భారతదేశంలో బ్రిటిష్ పాలన ఈ విషయాలన్నింటికీ ఖచ్చితమైన వ్యతిరేకం మరియు దానితో మాకు ఎటువంటి సంబంధం ఉండదు.

ఇప్పుడు సామాజిక సేవ గురించి రెండు మాటలు. చాలా మంది సద్బుద్ధి గల పురుషులు సామాజిక సేవ (మన దేశంలో ఈ పదాన్ని ఉపయోగించారు మరియు అర్థం చేసుకునే సంకుచిత అర్థంలో) మన అన్ని రుగ్మతలకు నివారణ మరియు దేశానికి ఉత్తమమైన సేవ అని భావిస్తారు. ఇలా చాలా మంది నిజాయితీపరులైన యువకులు పేదలకు ఆహార ధాన్యాలు పంపిణీ చేయడం ద్వారా లేదా రోగులకు సేవ చేయడం ద్వారా తమ జీవితాంతం సంతృప్తి చెందడం మనం చూస్తున్నాం. వీరు మంచి మరియు స్వయం త్యాగం చేసే వ్యక్తులు కానీ భారతదేశంలో ఆకలి మరియు వ్యాధుల సమస్యను దాతృత్వం ద్వారా పరిష్కరించలేమని వారు అర్థం చేసుకోలేకపోతున్నారు.

మతపరమైన మూఢనమ్మకాలు మరియు మతోన్మాదం మన పురోగతికి ప్రధాన అవరోధాలు. అవి మన మార్గంలో అడ్డంకులుగా నిరూపించబడ్డాయి మరియు మనం వాటిని ఎలాగైనా వదిలించుకోవాలి. "స్వేచ్ఛా ఆలోచనను తట్టుకోలేని ఏదైనా అంతం కావాలి." మనం అధిగమించాల్సిన ఇలాంటి బలహీనతలు చాలా ఉన్నాయి. విదేశీ శత్రువు ఎల్లప్పుడూ హిందువుల సంప్రదాయవాదం మరియు మతోన్మాదం, ముస్లింల మతోన్మాదం మరియు ఇతర దేశాల పట్ల వారి అనుబంధం మరియు సాధారణంగా అన్ని వర్గాల ప్రజల సంకుచిత దృక్పథం మొదలైన వాటి

నుండి ప్రయోజనం పొందుతాడు. ఈ పని కోసం, అన్ని వర్గాల నుండి విప్లవ ఉత్సాహంతో యువత అవసరం.

మనం ఏమీ సాధించలేదు మరియు ఏ సాధన కోసం దేన్నీ త్యాగం చేయడానికి సిద్ధంగా లేము. సాధ్యాసాధ్యాల సాధనలో ఏ వర్గానికి ఎంత వాటా ఉంటుందోనని మన నాయకులు తమలో తాము వాగ్వాదానికి దిగుతున్నారు. తమ పిరికితనాన్ని, ఆత్మత్యాగ స్ఫూర్తి లోపాన్ని కప్పిపుచ్చుకునేందుకు అసలు సమస్యను కప్పిపుచ్చి నకిలీ సమస్యలను సృష్టిస్తున్నారు. ఈ సౌకర్యవంతమైన రాజకీయ నాయకులు శక్తివంతమైన పాలకులు తమపై విసిరివేయగలరని వారు నమ్ముతున్న చేతినిండా ఎముకలపై దృష్టి పెట్టారు. ఇది చాలా అవమానకరం. స్వాతంత్ర్య పోరాటంలో ముందుకొచ్చే వారు ఎంత త్యాగం చేసినా విజయం సాధిస్తామని, అందులో తమకు ఇంత వాటా ఉంటుందని హామీ ఇచ్చి కూర్చోలేరు. ఈ రకమైన వ్యక్తులు ఎప్పుడూ

వదులుకోవద్దు. అంచనాలు లేకుండా, భయం లేకుండా జీవించే వ్యక్తులు కావాలి. మరియు ఎటువంటి సంకోచం లేకుండా మరియు గౌరవం లేకుండా, లేకుండా పోరాడటానికి సిద్ధంగా ఉండండి కన్నీళ్లు లేకుండా మరియు ప్రశంసలు లేకుండా మరణాన్ని స్వీకరించడానికి సిద్ధంగా ఉండండి. ఈ

ఈ రకమైన ఉత్సాహం లేనప్పుడు, మేము ఆ గొప్ప ద్విముఖ యుద్ధంతో పోరాడలేము. మనం పోరాడాలి, ఈ యుద్ధానికి రెండు సరిహద్దులు ఉన్నాయి, ఎందుకంటే ఒక వైపు మనం అంతర్గత శత్రువుతో పోరాడాలి.మరియు మరోవైపు బాహ్య శత్రువు నుండి. మన అసమర్థతపైనే మన నిజమైన పోరాటం.వ్యతిరేకంగా ఉంది. మన శత్రువు మరియు మన స్వంత వ్యక్తులలో కొందరు వ్యక్తిగత ప్రయోజనాల కోసం వాటిని ఉపయోగించుకుంటున్నారు.

తీసుకుందాం. పంజాబ్ యువత, ఇతర రాష్ట్రాల యువత తమ తమ రంగాల్లో కష్టపడి పనిచేయాలి.ఉన్నాయి. ఫిబ్రవరి 3న బెంగాల్ యువత చూపిన అవగాహన మరియు సంస్థాగత సామర్థ్యంఆయన నుంచి మనం గుణపాఠం నేర్చుకోవాలి. ఎన్ని త్యాగాలు చేసినా మన పంజాబ్

రాజకీయంగా వెనుకబడిన ప్రాంతం అని ఎందుకు అంటారు? పోరాడే దేశం కాబట్టిఅయినప్పటికీ, మేము వ్యవస్థీకృతంగా మరియు క్రమశిక్షణతో లేము. తక్షశిల విశ్వవిద్యాలయం మనకు గర్వకారణం కానీ నేడు మనకు సంస్కృతి లేదు మరియు అధిక నాణ్యత సంస్కృతి అవసరం లేదు.

24

సాహిత్యం అవసరం, బాగా అభివృద్ధి చెందిన భాష లేనప్పుడు దాని నిర్మాణం ఉండదు. విచారం యొక్క విషయమేమిటంటే, ఈ రోజు మనకు అలాంటివేమీ లేవు. దేశం ఎదుర్కొంటున్న పైన పేర్కొన్న ప్రశ్నలకు పరిష్కారాలను కనుగొనడంతో పాటు, రాబోయే గొప్ప పోరాటానికి మన ప్రజలను సిద్ధం చేయాలి. 1857 స్వాతంత్ర్య పోరాటం తర్వాత మన రాజకీయ పోరాటం మొదలైంది. ఆమె అనేక దశలను దాటింది. ఇరవయ్యవ శతాబ్దం ప్రారంభం నుండి, బ్రిటిష్ బ్యూరోక్రసీ భారతదేశం పట్ల కొత్త విధానాన్ని అవలంబించింది. మన దేశంలోని పెట్టుబడిదారీ, చిన్న పెట్టుబడిదారీ వర్గానికి సౌకర్యాలు కల్పిస్తూ వారిని తమవైపు లాక్కుంటున్నారు. ఇద్దరి ప్రయోజనాలూ కలిసొస్తున్నాయి. ఇది అనివార్యంగా బ్రిటిష్ రాజధాని భారతదేశంలోకి ప్రవేశించిన ఫలితంగా ఉంటుంది. అతి త్వరలో ఆ వర్గం మరియు దాని నాయకులు పరాయి పాలకులతో కలిసి వెళ్లడం మనం చూస్తాము. రౌండ్ టేబుల్ కాన్ఫరెన్స్ లేదా ఇలాంటి సంస్థ ద్వారా ఇద్దరి మధ్య ఒప్పందం కుదుర్చుకుంటారు. అప్పుడు సింహం మరియు నక్క పిల్ల మధ్య సంబంధం ఉండదు. యావత్ భారత ప్రజల రాబోయే మహా సంగ్రామ భయం కారణంగా, స్వాతంత్ర్య వాదులు అని పిలవబడే ఈ శ్రేణులలో ఎటువంటి రాజీ లేకుండా కూడా దూరం తగ్గుతుంది.

దేశాన్ని సిద్ధం చేసే భవిష్యత్తు కార్యక్రమం ఈ నినాదంతో ప్రారంభమవుతుంది - "ప్రజలచే విప్లవం, ప్రజల ప్రయోజనాల కోసం." మరో మాటలో చెప్పాలంటే, 98 శాతం మందికి స్వయం పాలన. స్వరాజ్యం ప్రజల వల్ల మాత్రమే కాదు, ప్రజల కోసం కూడా. ఇది చాలా కష్టమైన పని

ఉంది. మన నాయకులు ఎన్నో సూచనలు చేసినా, ప్రజలను జాగృతం చేసేందుకు ఏ ఒక్క ప్రణాళికను ప్రదర్శించి అమలు చేసే ధైర్యం ఎవరికీ లేదు. వివరాల్లోకి వెళ్లకుండా, మన లక్ష్యాన్ని నెరవేర్చుకోవడానికి, మన వేలాది మంది తెలివైన యువత, రష్యన్ యువత తమ విలువైన జీవితాలను గ్రామాలలో గడపాలని మరియు భారతీయ విప్లవం వాస్తవానికి ఎలా ఉంటుందో ప్రజలకు వివరించాలని మేము ఖచ్చితంగా చెప్పగలం. రాబోయే విప్లవం అంటే కేవలం యజమానుల మార్పు మాత్రమే కాదని వారికి వివరించాలి. అంటే ఒక కొత్త వ్యవస్థ పుట్టుక - కొత్త రాచరికం. ఇది ఒక రోజు లేదా ఒక సంవత్సరం పని కాదు. అనేక దశాబ్దాల అద్వితీయమైన ఆత్మబలిదానం మాత్రమే ఆ మహత్తర కార్యానికి ప్రజలను సిద్ధం చేయగలదు మరియు విప్లవ యువత మాత్రమే ఈ పనిని పూర్తి చేయగలదు. విప్లవకారుడు అంటే కేవలం బాంబు, పిస్టల్‌తో ఉన్న వ్యక్తి మాత్రమే కాదు.

యువకుల ముందు పని చాలా కష్టం మరియు వారి వనరులు చాలా పరిమితం. వారి మార్గంలో అనేక అడ్డంకులు కూడా రావచ్చు. కానీ కొంతమంది అంకితభావంతో కానీ విధేయతతో కానీ వాటిని అధిగమించవచ్చు. యువత ముందుకు సాగాలి. వారు తమ ముందున్న కష్టమైన మరియు కష్టమైన మార్గాన్ని మరియు వారు సాధించాల్సిన గొప్ప పనిని అర్థం చేసుకోవాలి. "విజయం యాదృచ్ఛికం, త్యాగం ఒక చట్టం" అని వారు తమ హృదయాలలో ఉంచుకోవాలి. వారి జీవితాలు నిరంతర వైఫల్యాల జీవితాలు కావచ్చు - గురుగోవింద్ సింగ్ తన జీవితాంతం ఎదుర్కొన్న నరకప్రాయమైన వాటి కంటే వారు మరింత నరకప్రాయమైన పరిస్థితులను ఎదుర్కోవలసి ఉంటుంది. అయినా హే అదంతా భ్రమ అని పశ్చాత్తాపపడాల్సిన అవసరం ఉండదు.

యువ మిత్రులారా, ఇంత పెద్ద పోరాటంలో ఒంటరిగా ఉన్నందుకు నిరుత్సాహపడకండి. మీ శక్తిని తెలుసుకోండి. మిమ్మల్ని మీరు నమ్మండి. విజయం మీదే. డబ్బులేని, నిస్సహాయ మరియు వనరులు లేని స్థితిలో తన అదృష్టాన్ని పరీక్షించుకోవడానికి జేమ్స్ గారిబాల్డి గొప్ప తల్లి తన కొడుకును ఇంటి నుండి బయటకు పంపుతున్నప్పుడు చెప్పిన మాటలను గుర్తుంచుకోండి. అతను ఇలా అన్నాడు, "ఒక యువకుడికి జరిగే గొప్ప విషయం పదికి తొమ్మిది సార్లు అతనిని ఈత కొట్టడానికి లేదా మునిగిపోవడానికి సముద్రంలో పడవేయడం." ఈ మాటలు చెప్పిన తల్లికి నమస్కారాలు, ఈ మాటలను అమలు చేసే వారికి నమస్కారాలు.

ఇటాలియన్ పునరుజ్జీవనోద్యమానికి చెందిన ప్రసిద్ధ పండితుడు మజ్జినీ ఒకసారి ఇలా అన్నాడు, "అన్ని గొప్ప జాతీయ ఉద్యమాలు తెలియని లేదా తెలియని ప్రభావవంతమైన వ్యక్తుల నుండి ఉద్భవించాయి, వారు సమయం లేదా అడ్డంకులు లేకుండా విశ్వాసం మరియు సంకల్పం కలిగి ఉంటారు

అధికారం తప్ప మరొకటి లేదు. " జీవితపు పడవ లంగరు వేయనివ్వండి. అది సముద్రపు అలలపై తేలనివ్వండి, ఆపై-

యాంకర్ ఇప్పటికీ లోతులేని నీటిలో పడిపోతుంది.
విశాలమైన మరియు అద్భుతమైన
సముద్రాన్ని విశ్వసించండి,
ఇక్కడ ఆటుపోట్లు ఎప్పుడూ
తాజాగా ఉంటాయి మరియు అక్కడ
శక్తివంతమైన ప్రవాహాలు స్వేచ్ఛగా ప్రవహిస్తాయి,
ఓ యువ కొలంబస్, మీరు సులభంగా మీ కొత్త సత్యాన్ని పొందవచ్చు.

సంకోచించకండి, అవతార సిద్ధాంతం గురించి మీ మనస్సును ఇబ్బంది పెట్టకండి మరియు అది మిమ్మల్ని నిరుత్సాహపరచవద్దు. ప్రతి మనిషి ప్రయత్నిస్తే గొప్పవాడు కాగలడు. మీ అమరవీరులను మరువకండి. కర్తార్ సింగ్ యువకుడు, ఇంకా ఇరవై ఏళ్లలోపు, అతను దేశానికి సేవ చేయడానికి ముందుకు వచ్చాడు మరియు చిరునవ్వుతో వందేమాతరం నినాదంతో ఉరి వరకు వెళ్ళాడు. బాల్ముకుంద్ మరియు అవధ్బిహారీ అనే సోదరులు ఇద్దరూ చిన్న వయస్సులోనే తమ జీవితాన్ని త్యాగం చేశారు. అతను మీలో ఒకడు. మీరు కూడా వారిలాగే నిజాయితీగా, దేశభక్తితో, స్వాతంత్ర్య ప్రియులుగా ఉండేందుకు ప్రయత్నించాలి. సహనం మరియు ఇంద్రియాలను కోల్పోవద్దు, ధైర్యం మరియు ఆశను వదులుకోవద్దు. స్థిరత్వం మరియు పట్టుదలని మీ స్వభావంగా స్వీకరించండి.

యువత స్వతంత్రంగా, తీవ్రంగా, ప్రశాంతంగా, ఓపికగా ఆలోచించాలి. భారత స్వాతంత్ర్యాన్ని ఆదర్శంగా తీసుకుని తమ జీవిత ధ్యేయంగా స్వీకరించాలి. వాళ్ళ కాళ్ళ మీద నిలబడాలి. బాహ్య ప్రభావాలకు దూరంగా ఉంటూ తమను తాము వ్యవస్థీకరించుకోవాలి. వారు మోసపూరిత మరియు నిజాయితీ లేని వ్యక్తుల చేతుల్లో ఆడకూడదు, వారితో ఉమ్మడిగా ఏమీ లేదు మరియు ప్రతి క్లిష్టమైన క్షణంలో ఆదర్శాన్ని వదిలివేస్తారు. వారు, గంభీరత మరియు నిజాయితీతో, "సేవ, త్యాగం, త్యాగం" ఒక శ్రేష్టమైన వాక్యంగా వారి మార్గదర్శకంగా చేయాలి. గుర్తుంచుకోండి, "దేశ నిర్మాణానికి తమ స్వంత సౌలభ్యం మరియు ఆసక్తుల కంటే దేశం గురించి మరియు తమ మరియు వారి ప్రియమైన వారి జీవితాల కంటే ఎక్కువ శ్రద్ధ వహించే వేలాది మంది తెలియని పురుషులు మరియు స్త్రీల త్యాగం అవసరం."

6-4-1928

## నేను నీకు నమస్కరిస్తున్నాను, తల్లీ!

(లాహోర్‌లోని అరోరా వంశ్ ప్రెస్ నుండి భగవతి చరణ్ వోహ్రా బి.ఎ., ప్రచార మంత్రి, నౌజవాన్ భారత్ సభచే ముద్రించబడింది మరియు ప్రచురించబడింది)

# మతం మరియు మన స్వాతంత్ర్య పోరాటం (మే, 1928)

*ఈ వ్యాసం 1928 మే నాటి 'కీర్తి'లో ప్రచురితమైంది. ఇందులో భగత్ సింగ్ మతపరమైన సమస్యను వెలుగులోకి తెచ్చారు.*

ఏప్రిల్ 11-12-13న అమృత్‌సర్‌లో రాజకీయ సదస్సు జరిగింది మరియు యువజన సదస్సు కూడా జరిగింది. రెండు మూడు ప్రశ్నలపై పెద్ద ఎత్తున వాగ్వాదం జరిగింది. ఆ ప్రశ్నలలో ఒకటి మతం గురించి కూడా. మతం గురించి ఎవరూ లేవనెత్తనప్పటికీ, మతతత్వ సంస్థలపై ఒక తీర్మానాన్ని సమర్పించారు మరియు మతం ముసుగులో ఆ సంస్థల పక్షం వహించిన వారు తమను తాము రక్షించుకోవాలనుకున్నారు. ఈ ప్రశ్న మరికొంత కాలం అణచివేసి ఉండాల్సి ఉన్నప్పటికీ, ఈ విధంగా తెరపైకి రావడంతో, ఒక స్పష్టమైన చర్చ జరిగింది మరియు మతం యొక్క సమస్యను పరిష్కరించే ప్రశ్న కూడా తలెత్తింది. ప్రావిన్షియల్ కాన్ఫరెన్స్ సబ్జెక్ట్ కమిటీలో కూడా, మౌలానా జాఫర్ అలీ సాహెబ్ 'ఖుదా-ఖుదా' అని ఐదు-ఏడు సార్లు జపించినప్పుడు, ఛైర్మన్ పండిట్ జవహర్‌లాల్ చెప్పారు - "ఈ వేదికపైకి వచ్చి 'ఖుదా-ఖుదా' అని చెప్పకండి. నువ్వు మత ప్రచారకుడివి అయితే నేను మత రాహిత్యాన్ని ప్రచారం చేసేవాడిని." అనంతరం లాహోర్‌లో నౌజవాన్ సభ కూడా ఇదే అంశంపై సమావేశం నిర్వహించింది. ఎన్నో ప్రసంగాలు చేసి, మతం పేరు చెప్పి, ఈ ప్రశ్న వస్తే కొట్లాటకు భయపడే ఎందరో పెద్దమనుషులు ఎన్నో మంచి సలహాలు ఇచ్చారు.

శ్రీమాన్ భాయ్ అమర్‌సింగ్ జీ ఝుబల్ పదే పదే చెప్పబడిన మరియు దాని మీద ప్రత్యేకంగా నొక్కిచెప్పిన ముఖ్యమైన విషయం ఏమిటంటే మతం యొక్క ప్రశ్నను తాకకూడదు. ఇది చాలా మంచి సలహా. ఒకరి మతం బయట ప్రజల ఆనందానికి మరియు శాంతికి ఏదైనా విఘాతం కలిగిస్తే, దానికి వ్యతిరేకంగా గొంతు ఎత్తాల్సిన అవసరం ఎవరికైనా ఉందా? కానీ ప్రశ్న ఏమిటంటే, ఇప్పటివరకు జరిగిన అనుభవం ఏమి చెబుతుంది? మొన్నటి ఉద్యమంలో కూడా మతానికి

సంబంధించిన ప్రశ్ననే లేవనెత్తారు మరియు అందరికీ పూర్తి స్వేచ్ఛ ఇచ్చారు. కాంగ్రెస్ వేదికపై నుంచి శ్లోకాలు, మంత్రాలు కూడా చదవడం మొదలుపెట్టారు. ఆ రోజుల్లో, మతంలో వెనుకబడిన వ్యక్తిని మంచిగా భావించేవారు కాదు.

వెళ్ళడం అలవాటు. ఫలితంగా సంకుచితత్వం పెరగడం మొదలైంది. సంభవించిన ప్రతికూల పరిణామాలు ఎవరి నుండి దాచబడ్డాయి? ఇప్పుడు జాతీయవాదులు లేదా స్వాతంత్ర్య ప్రేమికులు మతం యొక్క వాస్తవికతను అర్థం చేసుకున్నారు మరియు దానిని తమ మార్గంలో అడ్డంకిగా భావిస్తారు.

విషయమేమిటంటే, మతాన్ని ఇంట్లో పెట్టుకుని కూడా మనుషుల గుండెల్లో వివక్ష పెరగలేదా? దేశం సంపూర్ణ స్వాతంత్ర్యం సాధించడంలో దీని ప్రభావం లేదా? ఈ సమయంలో, పూర్తి స్వేచ్ఛ ఉన్న భక్తులు పెద్దమనిషి మతాన్ని మానసిక బానిసత్వం అని పిలుస్తారు. దేవుడు సర్వశక్తిమంతుడని, మనిషి మట్టి బొమ్మ తప్ప మరొకటి కాదని బిడ్డకు చెప్పడం ఆ బిడ్డను శాశ్వతంగా బలహీనపరచడమేనని కూడా వారు అంటున్నారు. అతని హృదయ బలాన్ని, ఆత్మవిశ్వాసాన్ని నాశనం చేయాలి. కానీ మనం ఈ విషయంపై చర్చించకుండా మరియు మన ముందు ఉంచిన రెండు ప్రశ్నలను పరిగణనలోకి తీసుకున్నప్పటికీ, మన మార్గంలో మతం అడ్డంకిగా ఉందని మనం చూస్తాము. ఉదాహరణకు, ప్రజలందరూ ఒకేలా ఉండాలని మేము కోరుకుంటున్నాము. అస్పృశ్యులు మరియు అంటరానివారు మధ్య పెట్టుబడిదారుల ఎగువ మరియు దిగువ తరగతి మధ్య విభజన ఉండకూడదు. కానీ సనాతన ధర్మం ఈ వివక్షకు అనుకూలంగా ఉంది. ఇరవయ్యవ శతాబ్దంలో కూడా, పండిట్‌లు మరియు మౌల్వీ జీ వంటి వ్యక్తులు ఒక భాంగీ బాలుడు హారాన్ని ధరించిన తర్వాత వారి దుస్తులతో పాటు స్నానం చేస్తారు మరియు అంటరానివారికి పవిత్రమైన దారాన్ని ఇవ్వడానికి కూడా నిరాకరించారు. ఈ మతానికి వ్యతిరేకంగా ఏమీ మాట్లాడనని ప్రమాణం చేస్తే మౌనంగా ఉండి ఇంట్లో కూర్చోవాలి, లేకపోతే మతాన్ని వ్యతిరేకించాల్సి వస్తుంది. ప్రజలు కూడా ఈ దుర్మార్గాలను సరిదిద్దాలని అంటున్నారు. చాలా బాగుంది! స్వామి దయానంద్ అంటరానివారిని నిర్మూలించినప్పుడు కూడా వారు నాలుగు వర్ణాలను దాటి వెళ్ళలేకపోయారు. వివక్ష ఇప్పటికీ ఉంది. ఒక సిక్కు గురుద్వారాకు వెళ్లిన తర్వాత 'రాజ్ కరేగా ఖల్సా' పాడి బయటకు వచ్చి పంచాయితీ రాజ్ గురించి మాట్లాడితే, దాని అర్థం ఏమిటి?

ఇస్లాంను నమ్మని వారందరినీ కత్తితో చంపాలని మతం చెబుతోంది మరియు ఇక్కడ ఐక్యత కోసం పిలుపునిస్తే ఫలితం ఏమిటి? మరెన్నో ఉన్నతమైన ఆధ్యాత్మిక శ్లోకాలు, మంత్రాలు చదివి సంఘర్షణ సృష్టించే ప్రయత్నం చేయవచ్చని మనకు

తెలుసు, అయితే ఈ గొడవలన్నింటినీ ఎందుకు వదిలించుకోకూడదనేది ప్రశ్న. మతం అనే పర్వతం మన ముందు నిలబడి చూస్తుంది. భారతదేశంలో స్వాతంత్ర్య పోరాటం ప్రారంభమైందనుకుందాం. సైన్యాలు తుపాకీలతో ముఖాముఖిగా నిలబడి, తూటాలు పేల్చబోతున్నారు, ఆ సమయంలో మహమ్మద్ గౌరి లాంటి వారు సామెతలో చెప్పినట్లుగా - ఈనాటికీ ఆవులు, పందులు, వేదాలు, ఖురాన్ మొదలైన వాటిని ముందు ఉంచుతారు. మనలో, అప్పుడు మనం ఏమి చేస్తాము? మీరు దృఢమైన మతస్థులైతే, మీరు మీ బ్యాగులు మరియు పరుపులను చుట్టుకొని ఇంట్లో కూర్చుంటారు. మతంతో సంబంధం లేకుండా, హిందువులు మరియు సిక్కులు ఆవుపై కాల్చలేరు మరియు ముస్లింలు పందిపై కాల్చలేరు. మత పెద్దలు

ఆ సమయంలో, సోమనాథుని వేలాది మంది పాండవుల వలె బలమైన వ్యక్తులు ఠాకూర్‌ల ముందు పడిపోతారు మరియు ఇతరులు అధర్మం లేదా అధర్మం చేస్తారు. కాబట్టి మనం ఏ ముగింపుకు చేరుకుంటాము? మతానికి వ్యతిరేకంగా ఆలోచించాలి. అయితే మతానికి అనుకూలమైన వారి వాదనలను పరిశీలిస్తే, ప్రపంచం చీకటిగా మారుతుందని, పాపాలు పెరుగుతాయని వారు అంటున్నారు. చాలా బాగుంది, ఈ విషయం తీసుకోండి. రష్యన్ మహాత్మా టాల్‌స్టాయ్ తన పుస్తకంలో (వ్యాసం మరియు లేఖలు) మతం గురించి చర్చించేటప్పుడు దానిని మూడు భాగాలుగా విభజించారు –

1. Essentials of Religion -అంటే మతం యొక్క ముఖ్యమైన విషయాలు అంటే నిజం మాట్లాడటం, దొంగిలించకుండా ఉండటం, పేదలకు సహాయం చేయడం, ప్రేమతో జీవించడం మొదలైనవి.
2. Philosophy of Religion - అంటే జనన-మరణ, పునర్జన్మ, ప్రపంచ సృష్టి మొదలైన తత్వశాస్త్రం. ఇందులో మనిషి తన కోరిక మేరకు ఆలోచించి అర్థం చేసుకోవడానికి ప్రయత్నిస్తాడు
3. Rituals of Religion - అంటే ఆచారాలు మొదలైనవి. అంటే మొదటి భాగంలో అన్ని మతాలు ఒక్కటే. అందరూ అంటారు నిజం చెప్పండి, అబద్ధాలు చెప్పకండి, ప్రేమతో జీవించండి. కొంతమంది పెద్దమనుషులు వీటిని వ్యక్తిగత మతం అని పిలిచారు. ఇందులో ఎలాంటి గొడవలు వచ్చే ప్రశ్నే లేదు. అలా కాకుండా ఇలాంటి ఉదాత్తమైన ఆలోచనలు ప్రతి వ్యక్తిలోనూ ఉండాలి. రెండవది ఫిలాసఫీకి సంబంధించిన ప్రశ్న. నిజానికి ఫిలాసఫీ అనేది మానవ బలహీనత నుండి బయటపడిందని చెప్పాలి. పురుషులు ఎక్కడ చూసినా. అక్కడ గొడవలు లేవు. ఏమీ కనిపించని చోట, అతను తన మెదడులను కొట్టడం ప్రారంభించాడు మరియు నిర్దిష్ట తీర్మానాలు చేశాడు.

తత్వశాస్త్రం చాలా ముఖ్యమైన విషయం అయినప్పటికీ, అది లేకుండా పురోగతి ఉండదు, కానీ దానితో పాటు, శాంతిని కలిగి ఉండటం కూడా చాలా ముఖ్యం. చనిపోయిన తర్వాత పునర్జన్మ ఉంటుందని మన పెద్దలు చెప్పారు, దీన్ని క్రైస్తవులు, ముస్లింలు నమ్మరు. చాలా బాగుంది, మీ స్వంత ఆలోచన ఉంది. రండి, ప్రేమతో కూర్చుని చర్చిద్దాం. ఒకరి ఆలోచనలు మరొకరు తెలుసుకోండి. కానీ 'మస్లా-ఎ-తనసుక్'పై చర్చ జరిగినప్పుడు ఆర్య సమాజిస్టులు మరియు ముస్లింలు కర్రలతో పోరాడుతారు. విషయమేమిటంటే, రెండు పార్టీలు మనస్సును, ఆలోచనా శక్తిని మరియు అర్థం చేసుకునే శక్తిని లాక్ చేసి ఇంట్లో ఉంచుతాయి. వేదాలలో భగవంతుడు వ్రాసినది ఇదేనని, అదే సత్యమని వారు అర్థం చేసుకుంటారు. దేవుడు ఖురాన్ షరీఫ్‌లో ఇలా రాశాడని, ఇదే నిజం అని అంటున్నారు. మీ తార్కిక శక్తికి సెలవు ఇవ్వబడింది. కాబట్టి, ప్రతి వ్యక్తి యొక్క వ్యక్తిగత అభిప్రాయం కంటే తత్వశాస్త్రం ఎక్కువ ప్రాముఖ్యతను కలిగి ఉండకపోతే, ఒక నిర్దిష్ట తత్వాన్ని అనుసరించడం వల్ల వివిధ సమూహాలు ఏర్పడకపోతే ఫిర్యాదు ఏమిటి? చెయ్యవచ్చు.

ఇప్పుడు మూడవ విషయం వచ్చింది - ఆచారాలు మరియు ఆచారాలు. సరస్వతీ పూజ రోజున సరస్వతీ విగ్రహాన్ని ఊరేగించడంతోపాటు దాని ముందు బ్యాండ్ వాయించడం కూడా తప్పనిసరి. కానీ హర్రిమాన్ రోడ్డు మార్గంలో మసీదు కూడా ఉంది. మసీదు ముందు సంగీత వాయిద్యాలు వాయించరాదని ఇస్లాం మతం చెబుతోంది. ఇప్పుడు ఏమి జరగాలి? వాయిద్యం వాయిస్తూ కూడా మార్కెట్‌కి వెళ్లవచ్చని పౌర హక్కుల హక్కు చెబుతోంది. కానీ మతం లేదు అంటుంది. వారి మతంలో, గోవు బలి అవసరం మరియు ఇతరులలో, గోవు పూజ అని వ్రాయబడింది. ఇప్పుడు ఏమి చేయాలి? పీపాల్ కొమ్మ తెగిన వెంటనే మతంలో తేడా వస్తే ఏం చేయాలి? కాబట్టి తత్వశాస్త్రం మరియు ఆచారాలలో ఈ చిన్న తేడాలు తరువాత జాతీయ మతంగా మారాయి మరియు వివిధ సంస్థల ఏర్పాటుకు కారణం. ఫలితం మన ముందు ఉంది.

కాబట్టి మతం అంటే మూఢనమ్మకాలను కలపడం వెనుక వ్రాసిన మూడవ మరియు రెండవ విషయాలతో కలిపితే, అప్పుడు మతం అవసరం లేదు. ఈరోజే పేల్చివేయాలి. మొదటి మరియు రెండవ స్వతంత్ర ఆలోచనలను కలిపి మతం ఏర్పడితే, అప్పుడు మతం సంతోషిస్తుంది.

కానీ వివిధ సంస్థలు మరియు ఆహార పదార్థాల మధ్య వివక్షను తొలగించడం చాలా ముఖ్యం. అంటరానివారు, అంటరానివారు అనే పదాలను రూపుమాపాలి.

సంకుచిత మనస్తత్వాన్ని విడిచిపెట్టి సంఘటితం చేస్తే తప్ప మనకు నిజమైన ఐక్యత ఉండదు. కాబట్టి, పైన వ్రాసిన విషయాలను అనుసరించడం ద్వారా మాత్రమే మనం స్వేచ్ఛ వైపు పయనించగలము. మన స్వాతంత్ర్యానికి అర్థం బ్రిటిష్ బారి నుండి విముక్తి పొందడం అనే పేరు మాత్రమే కాదు, ఇది సంపూర్ణ స్వేచ్ఛ యొక్క పేరు - ప్రజలు ఒకరితో ఒకరు సామరస్యంగా జీవించినప్పుడు మరియు మానసిక బానిసత్వం నుండి కూడా విముక్తి పొందుతారు.

# మతపరమైన అల్లర్లు మరియు వాటి చికిత్స (జూన్ 1928)

*1919 జలియన్‌వాలాబాగ్ ఊచకోత తర్వాత, బ్రిటిష్ ప్రభుత్వం మతపరమైన అల్లర్లను ప్రచారం చేయడం ప్రారంభించింది. దీని కారణంగా 1924లో కోహాట్‌లో హిందూ-ముస్లిం అల్లర్లు చాలా అమానవీయంగా జరిగాయి. దీని తరువాత, జాతీయ రాజకీయ చైతన్యంలో మతపరమైన అల్లర్లపై సుదీర్ఘ చర్చ జరిగింది. వాటిని అంతం చేయాల్సిన అవసరం ఉందని అందరూ భావించారు, కాని కాంగ్రెస్ నాయకులు హిందూ మరియు ముస్లిం నాయకుల మధ్య సయోధ్య ఒప్పందాన్ని వ్రాసి అల్లర్లను ఆపడానికి ప్రయత్నించారు. విప్లవ ఉద్యమం ఈ సమస్యకు ఖచ్చితమైన పరిష్కారం కోసం తన ఆలోచనలను అందించింది. సమర్పించిన వ్యాసం జూన్, 1928 నాటి 'కీర్తి'లో ప్రచురించబడింది. ఈ సమస్యపై షహీద్ భగత్ సింగ్ మరియు అతని సహచరుల అభిప్రాయాల సారాంశం ఈ వ్యాసం.*

ఈ సమయంలో భారతదేశం పరిస్థితి చాలా దయనీయంగా ఉంది. ఒక మతానికి చెందినవారు మరో మతానికి చెందిన వారికి బద్ధ శత్రువులు. ఇప్పుడు ఒక మతానికి చెందడం అంటే మరో మతానికి బద్ధ శత్రువు. మీరు దీన్ని ఇంకా నమ్మకపోతే, లాహోర్‌లో తాజా అల్లర్లను చూడండి. ముస్లింలు అమాయక సిక్కులు మరియు హిందువులను ఎలా చంపారు మరియు సిక్కులు కూడా వారిని నియంత్రించడానికి ఎటువంటి రాయిని వదిలిపెట్టలేదు. ఈ హత్య ఫలానా వ్యక్తి దోషి అని కాదు, ఫలానా వ్యక్తి హిందువు, సిక్కు లేదా ముస్లిం అయినందున జరిగింది. ఒక వ్యక్తిని ముస్లింలు చంపడానికి కేవలం సిక్కు లేదా హిందువుగా ఉండటం సరిపోతుంది మరియు అదేవిధంగా ఒక వ్యక్తి ముస్లింగా ఉండటం అతనిని చంపడానికి తగినంత కారణం. పరిస్థితి ఇలా ఉండగా, భారతదేశానికి దేవుడే యజమాని.

అటువంటి పరిస్థితిలో, భారతదేశ భవిష్యత్తు చాలా చీకటిగా కనిపిస్తోంది. ఈ మతాలు భారతదేశ నావను ముంచేశాయి. మరి ఈ మతపరమైన అల్లర్లు భారత్‌ను ఎప్పుడు విడిచిపెడతాయో ఇంకా తెలియరాలేదు. ఈ అల్లర్లు ప్రపంచం దృష్టిలో భారతదేశాన్ని పరువు తీశాయి. మరియు

ఈ మూఢనమ్మకాల ప్రవాహంలో అందరూ కొట్టుకుపోవడం మనం చూశాం. తమ పేరులేని మతం ఆధిపత్యాన్ని నిలబెట్టుకోవడానికి అన్ని మతాలకు చెందిన వారందరూ తమ చేతుల్లో కర్రలు, కత్తులు, కత్తులు పట్టుకుని తమలో తాము పోట్లాడుకుంటుండగా, మనసు చల్లగా చూసుకునే అరుదైన హిందువు, ముస్లిం లేదా సిక్కు మాత్రమే ఉన్నారు. వారు తల పగిలి చనిపోతున్నారు. మిగిలిన వారిని ఉరితీస్తారు, మరికొందరిని జైల్లో పెడతారు. ఇంత రక్తపాతం తరువాత, బ్రిటిష్ ప్రభుత్వం ఈ 'మతస్థుల'పై కొరడా ఝులిపించి, ఆపై వారి మనస్సులు నరకానికి వెళ్తాయి.

ఈ అల్లర్ల వెనుక మతతత్వ నాయకులు, వార్తాపత్రికల హస్తం కూడా కనిపించింది. ఈ సమయంలో భారత నాయకులు మౌనం వహించడం మంచిదంటూ ఇలాంటి పని చేశారు. 'సమాన జాతీయత', 'స్వరాజ్-స్వరాజ్యం' అంటూ ప్రగల్భాలు పలికే తీరిక లేని, భారతదేశాన్ని విముక్తి చేసే బాధ్యతను తమపై వేసుకున్న నాయకులే ఈ మతోన్మాద ప్రవాహానికి తల దాచుకుని మౌనంగా కూర్చున్నారు లేదా కొట్టుకుపోతున్నారు. పోయాయి. తల దాచుకుని కూర్చున్న వారి సంఖ్య కూడా తక్కువేనా? కానీ మత ఉద్యమంలో చేరిన అటువంటి నాయకులు, భూమిని తవ్వడం నుండి వందల మంది బయటపడతారు. అందరి శ్రేయస్సును హృదయపూర్వకంగా కోరుకునే నాయకులు చాలా తక్కువ. మరియు మతవాదం యొక్క బలమైన వరద ఉంది, వారు కూడా దానిని ఆపలేరు. భారతదేశంలో నాయకత్వం దివాళా తీసినట్లే.

మతపరమైన అల్లర్లను ప్రేరేపించడంలో ప్రత్యేక పాత్ర పోషిస్తున్న ఇతర పెద్దమనుషులు వార్తాపత్రికలు. జర్నలిజం వృత్తిని ఒకప్పుడు చాలా ఉన్నతంగా భావించేవారు. అది నేడు చాలా మురికిగా మారింది. ఈ వ్యక్తులు ఒకరిపై ఒకరు పెద్ద పెద్ద హెడ్‌లైన్‌లు ఇవ్వడం ద్వారా ప్రజల మనోభావాలను రెచ్చగొట్టారు మరియు ఒకరితో ఒకరు గొడవ పడుతున్నారు. ఒకట్రెండు చోట్ల మాత్రమే కాదు, స్థానిక పత్రికలు చాలా రెచ్చగొట్టే కథనాలు రాసినందుకు చాలా చోట్ల అల్లర్లు జరిగాయి. అలాంటి రోజుల్లో కూడా హృదయం, మనసు ప్రశాంతంగా ఉండే రచయితలు చాలా తక్కువ.

వార్తాపత్రికల నిజమైన కర్తవ్యం ప్రజలకు అవగాహన కల్పించడం, సంకుచిత మనస్తత్వాన్ని తొలగించడం, మతపరమైన భావాలను తొలగించడం, పరస్పర అవగాహన పెంచుకోవడం మరియు భారతదేశం యొక్క ఉమ్మడి జాతీయవాదాన్ని సృష్టించడం, అయితే వాటి ప్రధాన కర్తవ్యం అజ్ఞానాన్ని వ్యాప్తి చేయడం, సంకుచిత

మనస్తత్వాన్ని ప్రచారం చేయడం, ప్రజలను మతతత్వం, రెచ్చగొట్టడం. పోరాటాలు మరియు భారతదేశం యొక్క ఉమ్మడి జాతీయతను నాశనం చేయాలని నిర్ణయించుకున్నారు. భారతదేశం యొక్క ప్రస్తుత స్థితిని గురించి ఆలోచిస్తున్నప్పుడు, కళ్ళ నుండి రక్తపు కన్నీళ్లు కారడం ప్రారంభిస్తాయి మరియు 'భారతదేశం ఏమవుతుంది?'

సహకరించని రోజులలో ఉత్సాహం, ఉత్సాహం తెలిసిన వారు ఈ పరిస్థితిని చూసి బాధపడ్డారు. స్వాతంత్ర్యపు సంగ్రహావలోకనం కనిపించే ఆ రోజులు ఎక్కడ ఉన్నాయి మరియు ఈ రోజు ఎక్కడ ఉన్నాయి

ఈ రోజు స్వరాజ్యం కేవలం కలగా మారింది. ఈ అల్లర్లతో అణచివేతదారులకు లభించిన మూడవ ప్రయోజనం ఇది. అస్తిత్వమే ప్రమాదంలో పడిందో, ఈరోజు పోయింది, రేపు పోయింది, ఈరోజు తన మూలాలను ఎంతగానో పటిష్టం చేసుకుంది అదే బ్యూరోక్రసీ దానిని కదిలించడం సామాన్యమైన పని కాదు.

ఈ మతకల్లోలాలకు మూలాధారాన్ని వెతికితే, ఆర్థికమే కారణమని మనకు తెలుస్తుంది. సహకరించని రోజుల్లో నాయకులు, జర్నలిస్టులు ఎన్నో త్యాగాలు చేశారు. అతని ఆర్థిక పరిస్థితి దిగజారింది. సహాయ నిరాకరణోద్యమం నెమ్మదించడంతో నాయకులపై అపనమ్మకం ఏర్పడి నేటితరం అనేక వర్గ నాయకుల వ్యాపారాలు దెబ్బతిన్నాయి. ప్రపంచంలో ఏ పని చేసినా దాని అడుగున కడుపు అనే ప్రశ్న ఖచ్చితంగా ఉంటుంది. కార్ల్ మార్క్స్ యొక్క మూడు ప్రధాన సూత్రాలలో ఇది ప్రధాన సూత్రాలలో ఒకటి. ఈ సూత్రం వల్లే తబ్లీగ్, ట్యాంకిం, శుద్ధి తదితర సంస్థలు ప్రారంభమయ్యాయని, దీని వల్లే నేడు మనకు ఇలాంటి దుస్థితి వర్ణనాతీతం.

కేవలం, అన్ని అల్లర్లకు ఏదైనా నయం చేయగలిగితే, అది భారతదేశ ఆర్థిక స్థితిని మెరుగుపరచడం ద్వారా మాత్రమే సాధ్యమవుతుంది, వాస్తవానికి, భారతదేశంలోని సాధారణ ప్రజల ఆర్థిక పరిస్థితి చాలా అధ్వాన్నంగా ఉంది, ఒక వ్యక్తి మరొకరికి రూ . ఆకలి మరియు దుఃఖం కారణంగా, మనిషి తన సూత్రాలన్నింటినీ పక్కన పెడతాడు. నిజమే, ఒకడు చనిపోతే ఏమి చేయలేడు? కానీ ప్రస్తుత పరిస్థితిలో, ప్రభుత్వం విదేశీయుడు మరియు ప్రజల స్థితిని మెరుగుపర్చడానికి అనుమతించనందున ఆర్థిక మెరుగుదల చాలా కష్టం. అందుకే ప్రజలు చేతులు కడుక్కోవాలి, ప్రభుత్వం మారే వరకు ఊపిరి పీల్చుకోకూడదు.

ప్రజలు తమలో తాము పోట్లాడుకోకుండా ఉండాలంటే వర్గ చైతన్యం అవసరం. మీ అసలైన శత్రువులు పెట్టుబడిదారులే అని పేదలకు, కూలీలకు,

రైతులకు స్పష్టంగా వివరించాలి. అందువల్ల, మీరు వారి మాయలకు దూరంగా ఉండాలి మరియు వారి ఉచ్చులో పడకండి. ప్రపంచంలోని పేదలందరికీ వారి కులం, రంగు, మతం లేదా దేశంతో సంబంధం లేకుండా ఒకే హక్కులు ఉన్నాయి. మతం, వర్ణం, జాతి, జాతీయత మరియు దేశం ఆధారంగా వివక్షను తొలగించడం ద్వారా ఏకం కావడం మరియు ప్రభుత్వ అధికారాన్ని మీ చేతుల్లోకి తీసుకోవడానికి ప్రయత్నించడం మీ శ్రేయస్సు. ఈ ప్రయత్నాలు మీకు హాని కలిగించవు, ఏదో ఒక రోజు మీ గొలుసులు కత్తిరించబడతాయి మరియు మీకు ఆర్థిక స్వేచ్ఛ లభిస్తుంది. రష్యా చరిత్ర తెలిసిన వారికి జార్ కాలంలో కూడా ఇలాంటి పరిస్థితులు ఉండేవని తెలుసు. అక్కడ కూడా చాలా సంఘాలు పరస్పరం గొడవలు పెట్టుకునేవారు. కానీ అక్కడ రోజు కూలీ పాలన వచ్చినప్పటి నుంచి మ్యాప్ మారిపోయింది. ఇప్పుడు అక్కడ ఎప్పుడూ అల్లర్లు జరగలేదు. ఇప్పుడు అక్కడ అందరూ 'మనుషులుగా' పరిగణిస్తారు, 'మతస్థులు' కాదు. చక్రవర్తి కాలంలో ప్రజల ఆర్థిక పరిస్థితి చాలా దారుణంగా ఉండేది. అందుకే అల్లర్లు అన్నీ జరిగేవి. కానీ ఇప్పుడు రష్యన్ల ఆర్థిక పరిస్థితి మెరుగుపడింది మరియు వారిలో వర్గ స్పృహ అభివృద్ధి చెందింది, అందుకే అక్కడ నుండి ఎటువంటి అల్లర్లకు సంబంధించిన వార్తలు రాలేదు.

ఈ అల్లర్లలో చాలా నిరుత్సాహకరమైన వార్తలు వినబడుతున్నప్పటికీ, కలకత్తా అల్లర్లలో ఒక విషయం మాత్రం చాలా సంతోషాన్ని కలిగించింది. అంటే అక్కడ జరిగిన అల్లర్లలో ట్రేడ్ యూనియన్ వర్కర్లు పాల్గొనలేదు, ఒకరితో ఒకరు గొడవ పడలేదు, అంతే కాకుండా హిందువులు, ముస్లింలు అందరూ ఎంతో ప్రేమతో ఫ్యాక్టరీలు మొదలైనవాటిలో నిలబడి అల్లర్లను ఆపడానికి కూడా ప్రయత్నించారు. ఎందుకంటే వారికి వర్గ స్పృహ ఉంది మరియు వారి వర్గ ప్రయోజనాల గురించి బాగా తెలుసు. ఇది వర్గ స్పృహ యొక్క అందమైన మార్గం, ఇది మతపరమైన అల్లర్లను ఆపగలదు.

పరస్పరం పోట్లాటలు, ద్వేషాలు బోధించే మతాల పట్ల భారత యువత ఇప్పుడు విసిగి వేసారిపోతున్నారనే సంతోషకరమైన వార్త మన చెవులకు వచ్చింది. వారు భారతదేశ ప్రజలను హిందూ, ముస్లిం లేదా సిక్కు మతపరమైన దృక్కోణం నుండి కాకుండా, ప్రతి ఒక్కరినీ మొదట మానవులుగా మరియు తరువాత భారతీయులుగా పరిగణించేంత బహిరంగంగా మారారు. భారతదేశంలోని యువతలో ఈ ఆలోచనల ఆవిర్భావం భారతదేశ భవిష్యత్తు ఉజ్వలంగా ఉందని చూపిస్తుంది. ఈ అల్లర్లను చూసి భారతీయులు భయపడకూడదు. అలాంటి వాతావరణం తలెత్తకుండా, అల్లర్లు జరగకుండా చూసేందుకు ప్రయత్నించాలి.

1914-15 నాటి అమరవీరులు రాజకీయాల నుండి మతాన్ని వేరు చేశారు. మతం అనేది ఒక వ్యక్తి వ్యక్తిగత విషయమని, అందులో ఎవరూ జోక్యం చేసుకోలేరని వారు విశ్వసించారు. అలాగే సర్బత్‌ను ఒకే చోట కలిసి పనిచేయడానికి అనుమతించనందున రాజకీయాల్లోకి రాకూడదు. అందుకే గదర్ పార్టీ లాంటి ఉద్యమాలు ఐక్యంగా, ఐక్యంగా ఉండి, అందులో సిక్కులు ఉత్సాహంగా ఉరి వరకు వెళ్లగా, హిందూ ముస్లింలు కూడా వెనుకడుగు వేయలేదు. ఈ సమయంలో, రాజకీయాల నుండి మతాన్ని వేరు చేయాలనుకునే కొంతమంది భారతీయ నాయకులు కూడా రంగంలోకి దిగారు. సంఘర్షణను ముగించడానికి ఇది కూడా ఒక అందమైన పరిష్కారం మరియు మేము దానికి మద్దతు ఇస్తున్నాము. మతాన్ని పక్కన పెడితే రాజకీయాల కోసం అందరం కలిసి రాగలం. మనం మతాలలో విడిగా ఉండవచ్చు.

భారతదేశం యొక్క నిజమైన సానుభూతిపరులు మేము సూచించిన చికిత్సను ఖచ్చితంగా పరిగణిస్తారని మరియు భారతదేశం ప్రస్తుతం ఎదుర్కొంటున్న ఆత్మహత్య నుండి మమ్మల్ని రక్షిస్తారని మేము నమ్ముతున్నాము

# కొత్త నాయకుల విభిన్న అభిప్రాయాలు
# (జూలై 1928)

*1928 జూలై నాటి 'కీర్తి'లో ప్రచురితమైన ఈ వ్యాసంలో భగత్ సింగ్ సుభాష్ చంద్రబోస్ మరియు జవహర్‌లాల్ నెహ్రూ అభిప్రాయాలను పోల్చారు.*

సహాయ నిరాకరణ ఉద్యమం విఫలమవడంతో ప్రజల్లో తీవ్ర నిరాశ, నిస్పృహలు నెలకొన్నాయి. హిందూ-ముస్లిం విభేదాలు మిగిలిన ధైర్యాన్ని కూడా నాశనం చేశాయి. కానీ దేశంలో ఒక్కసారి అవగాహన పెడితే దేశం ఎక్కువ కాలం నిద్రపోదు. కొన్ని రోజుల తర్వాత, ప్రజలు చాలా ఉత్సాహంతో లేచి దాడి చేస్తారు. నేడు భారతదేశం మళ్లీ జీవం పోసుకుంది. భారతదేశం మళ్లీ మేల్కొంటోంది. పెద్దగా ప్రజా ఉద్యమం కనిపించడం లేదు కానీ పునాది మాత్రం ఖచ్చితంగా బలపడుతోంది. ఆధునిక ఆలోచనలకు చాలా మంది కొత్త నాయకులు పుట్టుకొస్తున్నారు. దేశభక్తుల దృష్టిలో ఈసారి యువనేతలు మాత్రమే వస్తున్నారు. పెద్దగా ఉన్నా పెద్ద పెద్ద నాయకులు మాత్రం ఒక విధంగా వెనుకబడిపోతున్నారు. ఈ సమయంలో ముందుకు వచ్చిన నాయకులు - గౌరవనీయులైన బెంగాల్ శ్రీ సుభాష్ చంద్రబోస్ మరియు గౌరవనీయ పండిట్ శ్రీ జవహర్‌లాల్ నెహ్రూ. ఈ ఇద్దరు నాయకులు భారతదేశంలో ఉద్భవిస్తున్నారని మరియు ముఖ్యంగా యువజన ఉద్యమాలలో పాల్గొంటున్నారు. ఇద్దరూ భారతదేశ స్వాతంత్ర్యానికి గట్టి మద్దతుదారులు. ఇద్దరూ తెలివైనవారు మరియు నిజమైన దేశభక్తులు. కానీ ఇప్పటికీ వారి ఆలోచనల మధ్య వ్యత్యాసం ప్రపంచం ఉంది. ఒకరు భారతదేశ ప్రాచీన సంస్కృతికి భక్తుడని, మరొకరు పాశ్చాత్య శిష్యులని చెబుతారు. ఒకటి మృదుహృదయంతో సెంటిమెంట్‌గా ఉంటుందని, మరొకటి నిజమైన విప్లవకారుడు అని, వారి భిన్నమైన అభిప్రాయాలను ప్రజల ముందుంచుతాము, తద్వారా ప్రజలు వారి తేడాను అర్థం చేసుకోవచ్చు. అయితే వీరిద్దరి ఆలోచనలను ప్రస్తావించే ముందు స్వాతంత్ర్య ప్రియుడు, యువజన ఉద్యమాల ప్రత్యేక వ్యక్తిత్వం కలిగిన మరో వ్యక్తిని ప్రస్తావించడం ముఖ్యం.

సాధు వాస్వానీకి కాంగ్రెస్ పెద్ద నాయకులుగా పేరు లేకపోయినా.. దేశ రాజకీయ రంగంలో ఆయనకు ప్రత్యేక స్థానం లేకపోయినా.. పగ్గాలు చేపట్టాల్సిన యువతపై మాత్రం ఆయన ప్రభావం ఉంది. రేపు దేశం మరియు దానిని

ప్రారంభించినది ఆయనే ఈ సమయంలో యువతలో 'భారత్ యువ సంఘ్' ప్రత్యేక ప్రభావాన్ని కలిగి ఉన్నారు. అతని ఆలోచనలు పూర్తిగా భిన్నమైనవి. అతని ఆలోచనలను కేవలం ఒక పదంలో సంగ్రహించవచ్చు - "వేదాలకు తిరిగి వెళ్ళు." (తిరిగి వెడ్స్కి). ఆర్యసమాజ్ ఈ స్వరాన్ని మొదట పెంచింది. ఈ ఆలోచనకు ఆధారం భగవంతుడు వేదాలలో ప్రపంచంలోని సమస్త జ్ఞానాన్ని ధారపోశాడనే విశ్వాసం. ఇంతకు మించిన అభివృద్ధి మరొకటి ఉండదు. కాబట్టి, మన భారతదేశం సాధించిన సర్వతోముఖ ప్రగతిని మించి ప్రపంచం పురోగమించలేదు, పురోగమించలేదు. సరే, వాస్వానీ మొదలైనవారు ఈ పరిస్థితిని నమ్ముతారు. అప్పుడు ఒక చోట ఇలా అంటారు-

“ఇప్పటి వరకు మన రాజకీయాలు మజ్జినీ మరియు వోల్టైర్‌లను ఆదర్శంగా తీసుకొని ఉదాహరణలను ఏర్పరచాయి మరియు కొన్నిసార్లు లెనిన్ మరియు టాల్‌స్టాయ్ నుండి పాఠాలు నేర్చుకున్నాయి. అయితే, వారు మన పాత ఋషుల కంటే గొప్ప రోల్ మోడల్స్ ఉన్నారని వారు తెలుసుకోవాలి. మన దేశం ఒకప్పుడు అభివృద్ధిలో చివరి పరిమితిని చేరుకుందని, నేడు మనం ఎక్కడికీ ముందుకు వెళ్లాల్సిన అవసరం లేదని, వెనక్కి వెళ్లాల్సిన అవసరం ఉందని వారు నమ్ముతున్నారు.

నువ్వు కవివి. నీ ఆలోచనల్లో ఎక్కడ చూసినా కవిత్వం కనిపిస్తుంది. అంతేకాకుండా, అతను గొప్ప మత భక్తుడు. వారు 'శక్తి' మతాన్ని అమలు చేయాలనుకుంటున్నారు. "ఈ సమయంలో మనకు శక్తి చాలా అవసరం" అని అతను చెప్పాడు, కానీ అతను ఈ పదాన్ని ఒక రకమైన దేవతగా విశ్వసిస్తాడు, ఇది చాలా భావోద్వేగం కవి చెప్పారు:-

సాధు వాస్వానీకి కాంగ్రెస్ పెద్ద నాయకులుగా పేరు లేకపోయినా.. దేశ రాజకీయ రంగంలో ఆయనకు ప్రత్యేక స్థానం లేకపోయినా.. పగ్గాలు చేపట్టాల్సిన యువతపై మాత్రం ఆయన ప్రభావం ఉంది. రేపు దేశం మరియు దానిని ప్రారంభించినది ఆయనే ఈ సమయంలో యువతలో 'భారత్ యువ సంఘ్' ప్రత్యేక ప్రభావాన్ని కలిగి ఉన్నారు. అతని ఆలోచనలు పూర్తిగా భిన్నమైనవి. అతని ఆలోచనలను కేవలం ఒక పదంలో సంగ్రహించవచ్చు - "వేదాలకు తిరిగి వెళ్ళు." (తిరిగి వెడ్స్కి). ఆర్యసమాజ్ ఈ స్వరాన్ని మొదట పెంచింది. ఈ ఆలోచనకు ఆధారం భగవంతుడు వేదాలలో ప్రపంచంలోని సమస్త జ్ఞానాన్ని ధారపోశాడనే విశ్వాసం. ఇంతకు మించిన అభివృద్ధి మరొకటి ఉండదు. కాబట్టి, మన భారతదేశం సాధించిన సర్వతోముఖ ప్రగతిని మించి ప్రపంచం పురోగమించలేదు,

పురోగమించలేదు. సరే, వాస్వానీ మొదలైనవారు ఈ పరిస్థితిని నమ్ముతారు. అప్పుడు ఒక చోట ఇలా అంటారు-

“ఇప్పటి వరకు మన రాజకీయాలు మజ్జినీ మరియు వోల్టైర్‌లను ఆదర్శంగా తీసుకొని ఉదాహరణలను ఏర్పరచాయి మరియు కొన్నిసార్లు లెనిన్ మరియు టాల్‌స్టాయ్ నుండి పాఠాలు నేర్చుకున్నాయి. అయితే, వారు మన పాత ఋషుల కంటే గొప్ప రోల్ మోడల్స్ ఉన్నారని వారు తెలుసుకోవాలి. మన దేశం ఒకప్పుడు అభివృద్ధిలో చివరి పరిమితిని చేరుకుందని, నేడు మనం ఎక్కడికీ ముందుకు వెళ్లాల్సిన అవసరం లేదని, వెనక్కి వెళ్లాల్సిన అవసరం ఉందని వారు నమ్ముతున్నారు.

నువ్వు కవివి. నీ ఆలోచనల్లో ఎక్కడ చూసినా కవిత్వం కనిపిస్తుంది. అంతేకాకుండా, అతను గొప్ప మత భక్తుడు. వారు 'శక్తి' మతాన్ని అమలు చేయాలనుకుంటున్నారు. "ఈ సమయంలో మనకు శక్తి చాలా అవసరం" అని అతను చెప్పాడు, కానీ అతను ఈ పదాన్ని ఒక రకమైన దేవతగా విశ్వసిస్తాడు, ఇది చాలా భావోద్వేగం కవి చెప్పారు:-

"ఏకాంతంలో ఆమెతో కమ్యూనికేట్ చేశాము, మన ఆరాధించే భారత మాత, మరియు నా బాధతో కూడిన నా తల చెప్పే గొంతులు విన్నారు... స్వాతంత్ర్యం వచ్చే రోజు ఎంతో దూరంలో లేదు." ..కొన్నిసార్లు నిజంగానే ఒక విచిత్రమైన అనుభూతి నన్ను సందర్శిస్తుంది మరియు నేను నాలో నేను చెప్పుకుంటున్నాను- పవిత్రమైనది, పవిత్రమైనది హిందూస్థాన్. ఆమె ఇప్పటికీ తన శక్తివంతమైన ఋషుల రక్షణలో ఉంది మరియు వారి అందం మన చుట్టూ ఉంది, కానీ మేము దానిని చూడలేము.

అంటే ఏకాంతంలో భారతదేశపు స్వరాన్ని విన్నాను. 'స్వాతంత్ర్యం వచ్చే రోజు ఎంతో దూరంలో లేదు' అనే వాణిని నా బాధాతప్త మనసు చాలాసార్లు విన్నది... ఒక్కోసారి చాలా విచిత్రమైన ఆలోచనలు నా మదిలో మెదులుతాయి మరియు నేను చెబుతాను - మన భారతదేశం స్వచ్ఛమైనది మరియు పవిత్రమైనది, ఎందుకంటే పాత ఋషులువారు రక్షిస్తున్నారు మరియు వారి అందం భారతదేశం వద్ద ఉంది. కానీ మనం వాటిని చూడలేము.

పిచ్చివాడిలానో, పిచ్చివాడిలానో - "మా అమ్మ చాలా గొప్పది. మహా శక్తివంతురాలు.. ఆమెను ఓడించడానికి ఎవరు పుట్టారు" అంటూ కవి విలపిస్తున్నది. ఈ విధంగా, కేవలం భావజాలం గురించి మాట్లాడేటప్పుడు, అతను చెప్పాడుOur national movement must become a purifying mass movement, if it is to fulfil its destiny without falling into clasaa war one of the dangers of Bolshevism."

అంటే మన జాతీయ ప్రజా ఉద్యమాన్ని దేశ సంస్కరణల ఉద్యమంగా మార్చాలి. అప్పుడే మనం వర్గయుద్ధం, బోల్షివిజం ప్రమాదాల నుంచి తప్పించుకోగలుగుతాం. ఇలా చెప్పడం వల్ల - పేదల వద్దకు వెళ్లండి, గ్రామాలకు వెళ్లండి, వారికి ఉచితంగా మందులు ఇవ్వండి - తమ కార్యక్రమం పూర్తయిందని వారు భావిస్తున్నారు. ఆయన నీడ కవి. అతని కవిత్వం నుండి ప్రత్యేక అర్థాన్ని పొందలేము, అది హృదయంలో ఉత్సాహాన్ని మాత్రమే పెంచుతుంది. పురాతన నాగరికత యొక్క సందడి తప్ప వారికి ఎటువంటి కార్యక్రమం లేదు. యువత మనసుకు కొత్తదనాన్ని అందించవు. కేవలం భావోద్వేగాలతో హృదయాన్ని నింపుకోవాలన్నారు.

యువతలో ఆయన ప్రభావం చాలా ఎక్కువ. మరిన్ని పుడుతున్నాయి. అతని సాంప్రదాయిక మరియు సంక్షిప్త అభిప్రాయాలు మేము పైన పేర్కొన్నవి. రాజకీయ రంగంపై ప్రత్యక్ష ప్రభావం లేకపోయినా, ఆయన ఆలోచనలు చాలా ప్రభావం చూపుతాయి. ముఖ్యంగా రేపు ముందుకెళ్లాల్సింది యువతే కాబట్టి వారిలో ఈ ఆలోచనలు ప్రచారంలో ఉన్నాయి.

ఇప్పుడు మనం శ్రీ సుభాష్ చంద్రబోస్ మరియు శ్రీ జవహర్ లాల్ నెహ్రూ గారి ఆలోచనలకు వస్తున్నాము. రెండు మూడు నెలలుగా మిమ్మల్ని ఎన్నో సదస్సులకు అధ్యక్షునిగా చేసి మీ అభిప్రాయాలను ప్రజల ముందుంచారు. సుభాష్ బాబును తిరుగుబాటు గ్యాంగ్ సభ్యుడిగా ప్రభుత్వం భావించిందని, అందుకే బెంగాల్ ఆర్డినెన్స్ కింద జైలుకెళ్లారన్నారు. మిమ్మల్ని విడుదల చేసి హాట్ పార్టీ లీడర్ని చేసారు. మీరు భారతదేశం యొక్క ఆదర్శాన్ని సంపూర్ణ స్వయం పాలనగా భావిస్తారు మరియు మహారాష్ట్ర సదస్సులో మీ అధ్యక్ష ప్రసంగంలో ఈ ప్రతిపాదనను ప్రచారం చేసారు.

పండిట్ జవహర్లాల్ నెహ్రూ స్వరాజ్ పార్టీ నాయకుడు మోతీలాల్ నెహ్రూ కుమారుడు. బారిస్టరీ పాసయ్యారు. మీరు చాలా నేర్చుకున్నారు. మీరు రష్యా మొదలైన వాటిని సందర్శించారు. మీరు కూడా అతివాద సమూహానికి నాయకుడే మరియు మీరు మరియు మీ సహచరుల కృషి వల్లనే మద్రాసు సదస్సులో పూర్ణ స్వరాజ్ ప్రతిపాదనను ఆమోదించగలిగారు. మీరు అమృత్‌సర్ సదస్సులో ప్రసంగంలో కూడా ఇదే విషయాన్ని నొక్కి చెప్పారు. కానీ ఇప్పటికీ ఈ ఇద్దరు పెద్దమనుషుల ఆలోచనలలో స్వర్గం మరియు భూమి ఉన్నాయి.

యొక్క తేడా ఉంది. అమృత్‌సర్, మహారాష్ట్ర సదస్సుల ఈ ఇద్దరు అధ్యక్షుల ప్రసంగాలు చదివిన తర్వాతనే వారి అభిప్రాయాల్లోని తేడా మనకు అర్థమైంది. కానీ

41

తర్వాత బొంబాయిలో జరిగిన ప్రసంగంలో ఈ విషయం మనకు స్పష్టమైంది. ఈ బహిరంగ సభకు పండిట్ జవహర్లాల్ నెహ్రూ అధ్యక్షత వహించగా, సుభాష్ చంద్రబోస్ ప్రసంగించారు. అతను చాలా ఎమోషనల్ బెంగాలీ. ప్రపంచానికి భారతదేశం ప్రత్యేక సందేశాన్ని ఇస్తోందని ఆయన ప్రసంగాన్ని ప్రారంభించారు. ప్రపంచానికి ఆధ్యాత్మిక విద్యను అందజేస్తాడు. బాగా, ఇంకా అతను ఒక వెర్రి వ్యక్తిలా చెప్పడం ప్రారంభించాడు - వెన్నెల రాత్రి తాజ్ మహల్ను చూడండి మరియు దీని అంతర్దృష్టి ఫలితంగా ఉన్న హృదయం యొక్క గొప్పతనాన్ని ఊహించుకోండి. ఆలోచించండి, మన కన్నీళ్లు రాళ్లుగా మారాయని ఒక బెంగాలీ నవలా రచయిత రాశారు. అతను వేదాలకు తిరిగి రావాలని కూడా పిలుపునిచ్చాడు. 'జాతీయవాదం' గురించి, అంతర్జాతీయవాదులు జాతీయవాదాన్ని సంకుచిత భావజాలం అని మీ పూనా ప్రసంగంలో చెప్పారు, కానీ ఇది పొరపాటు. భారత జాతీయత ఆలోచన ఇలా కాదు. ఇది ఇరుకైనది కాదు, వ్యక్తిగత ఆసక్తితో ప్రేరేపించబడదు లేదా అణచివేత కాదు, ఎందుకంటే దాని మూలం లేదా ప్రధానమైనది 'సత్యం శివం సుందరం' అంటే నిజమైనది, ప్రయోజనకరమైనది మరియు అందమైనది.

ఇది కూడా అదే షాడోవిజం. ఇది స్వచ్ఛమైన భావజాలం. అంతేకాకుండా, వారి ప్రాచీన యుగంపై కూడా వారికి గొప్ప విశ్వాసం ఉంది. అతను ప్రతిదానిలో తన ప్రాచీన యుగం యొక్క గొప్పతనాన్ని చూస్తాడు. పంచాయితీ రాజ్ పద్ధతి కొత్తదేమీ కాదని ఆయన అభిప్రాయం. 'పంచాయతీ రాజ్ మరియు ప్రజల పాలన' భారతదేశంలో చాలా పురాతనమైనది. కమ్యూనిజం భారతదేశానికి కొత్త విషయం కాదని కూడా ఆయన చెప్పారు. సరే, ఆ రోజు ప్రసంగంలో అతను ఎక్కువగా నొక్కిచెప్పిన విషయం ఏమిటంటే, భారతదేశం ప్రపంచానికి ఒక ప్రత్యేక సందేశాన్ని కలిగి ఉంది. పండిట్ జవహర్లాల్ మొదలైన వారి అభిప్రాయాలు దీనికి పూర్తిగా వ్యతిరేకం. వారు అంటున్నారు:-

"మీరు ఏ దేశానికి వెళ్లినా అది ప్రపంచానికి ప్రత్యేక సందేశాన్ని కలిగి ఉంటుందని నమ్ముతారు. ప్రపంచానికి సంస్కృతిని బోధించే కాంట్రాక్టర్గా ఇంగ్లాండ్ మారింది. నా దేశం గురించి నాకు ప్రత్యేకంగా ఏమీ కనిపించడం లేదు. ఆ విషయాలపై సుభాష్బాబుకు చాలా నమ్మకం ఉంది. జవహర్లాల్ చెప్పారు:-

Every youth must rebel. Not only in political sphere, but in social, economic and religious spheres also. I have not much use for any man who comes and tells me that such and such thing is said in Koran, Every thing unreasonable must be discarded even if they find authority for in the Vedas and Koran."

అంటే "ప్రతి యువకుడు తిరుగుబాటు చేయాలి. రాజకీయ రంగంలోనే కాకుండా సామాజిక, ఆర్థిక, మతపరమైన రంగాలలో కూడా. ఖురాన్‌లో ఇలా రాసి ఉంది అని వచ్చి చెప్పే ఇలాంటి వ్యక్తి నాకు అవసరం లేదు. వేదాలలో మరియు ఖురాన్‌లో ఎంత చక్కగా చెప్పబడినా, ఒకరి స్వంత అవగాహన పరీక్షలో సరైనది కాదని నిరూపించబడదు.

ఇవి ఒక విప్లవకారుడి ఆలోచనలు మరియు సుభాష్ ఆలోచనలు రాష్ట్రాన్ని మార్చే ఆలోచనలు. ఒకరు మన పాత విషయాలు చాలా మంచివారని, మరొకరు వాటికి వ్యతిరేకంగా తిరుగుబాటు చేయాలని అనుకుంటారు. ఒకటి సెంటిమెంటల్ అని, మరొకటి విప్లవాత్మక మరియు తిరుగుబాటు అని పిలుస్తారు. పండిట్ జీ ఒక చోట ఇలా అన్నారు:-

"To those who still fondly cherish old ideas and are striving to bring back the conditions which prevailed in Arabia 1300 years ago or in the Vedic age in India. I say, that it is inconceivable that you can bring back the hoary past. The world of reality will not retrace its steps, the world of imaginations may remain stationary."

ఖురాన్ యుగం కంటే 1300 సంవత్సరాల వెనుక ఉన్న అరేబియా పరిస్థితులను ఇంకా సృష్టించాలనుకునే వారికి, వేదాల యుగం వైపు తిరిగి చూస్తున్న వారికి, ఆ యుగం తిరిగి వస్తుందని కూడా అనుకోలేమని ఆయన చెప్పారు. , వాస్తవ ప్రపంచం వెనక్కి వెళ్ళదు, ఊహాత్మక ప్రపంచాన్ని కొన్ని రోజులు ఇక్కడ స్థిరంగా ఉంచండి. మరియు

అందుకే తిరుగుబాటు చేయాలని వారు భావిస్తున్నారు.

బ్రిటీష్ వారు పాశ్చాత్యులని సుభాష్ బాబు సంపూర్ణ స్వరాజ్యానికి మద్దతుగా నిలిచారు. మేము తూర్పు నుండి. పండిట్ జీ అంటారు, మన పాలనను స్థాపించడం ద్వారా మొత్తం సామాజిక వ్యవస్థను మార్చాలి. అందుకు పూర్తి స్వేచ్ఛను సాధించాల్సిన అవసరం ఉంది. సుభాష్ బాబు కార్మికులకు సానుభూతి తెలుపుతూ వారి పరిస్థితి మెరుగుపర్చాలన్నారు. పండిట్ జీ ఒక విప్లవాన్ని సృష్టించడం ద్వారా మొత్తం వ్యవస్థను మార్చాలనుకుంటున్నారు. సుభాష్ భావోద్వేగం - హృదయానికి.

యువతకు చాలా ఇస్తున్నారు, కానీ హృదయానికి మాత్రమే. రెండవది విప్లవాత్మకమైనది, ఇది హృదయానికి మరియు మనస్సుకు చాలా ఇస్తుంది.

అంటే, విప్లవాత్మక పద్ధతులు లేకుండా సాధించలేని సోషలిస్టు సూత్రాల ప్రకారం మనకు పూర్తి స్వాతంత్ర్యం ఉండాలి. కేవలం సంస్కరణలు మరియు ప్రస్తుత ప్రభుత్వ యంత్రాంగాన్ని క్రమక్రమంగా మరమ్మత్తు చేయడం వల్ల ప్రజలకు నిజమైన స్వరాజ్యాన్ని అందించలేము.

ఇది అతని ఆలోచనలకు సరైన ప్రతిబింబం. ప్రపంచ రాజకీయాల్లో భారతదేశ రక్షణ, అభివృద్ధి అనే ప్రశ్న ఉన్నంత కాలం మాత్రమే జాతీయ రాజకీయాలపై దృష్టి పెట్టడం అవసరమని సుభాష్ బాబు భావిస్తున్నారు. కానీ పండిట్ జీ జాతీయవాదం యొక్క ఇరుకైన పరిమితుల నుండి బయటికి వచ్చి బహిరంగ రంగంలోకి వచ్చారు.

ఇప్పుడు ఆ రెండు ఆలోచనలూ మన ముందుకు వచ్చాయన్న ప్రశ్న. మనం ఏ వైపు మొగ్గు చూపాలి? ఒక పంజాబీ వార్తాపత్రిక సుభాష్‌ను ప్రశంసిస్తూ, పండిట్‌జీ మొదలైన వారి గురించి చెప్పింది, అలాంటి తిరుగుబాటుదారులు రాళ్లతో తలపై కొట్టడం ద్వారా చనిపోతారు. పంజాబ్ ఇప్పటికే చాలా భావోద్వేగ స్థితి అని గుర్తుంచుకోవాలి. ప్రజలు త్వరగా ఉత్సాహంగా ఉంటారు మరియు వెంటనే నురుగులా స్థిరపడతారు.

ఈరోజు సుభాష్ బహుశా హృదయానికి కొంత ఆహారం ఇవ్వడం తప్ప మానసిక పోషణను ఇవ్వడం లేదు. ఇప్పుడు పంజాబ్ యువత జాగ్రత్తగా ఆలోచించి ఈ విప్లవాత్మక ఆలోచనలను పటిష్టం చేయాల్సిన అవసరం ఉంది. ఈ సమయంలో పంజాబ్‌కు మానసిక ఆహారం చాలా అవసరం మరియు అది పండిట్ జవహర్‌లాల్ నెహ్రూ నుండి మాత్రమే లభిస్తుంది. దీని అర్థం ఎవరైనా వారి గుడ్డి అనుచరులుగా మారాలని కాదు. అయితే ఆలోచనల విషయానికొస్తే, పంజాబీ యువత ఈ సమయంలో వారితో చేరాలి, తద్వారా వారు విప్లవం యొక్క నిజమైన అర్థం, భారతదేశంలో విప్లవం యొక్క ఆవశ్యకత, ప్రపంచంలో విప్లవం యొక్క స్థానం ఏమిటి మొదలైన వాటి గురించి తెలుసుకోవచ్చు. యువకులు జాగ్రత్తగా ఆలోచించి తమ ఆలోచనలను స్థిరపరచుకోవాలి, తద్వారా నిరాశ, నిరాశ మరియు ఓటమి సమయాల్లో కూడా వారు దిక్కుతోచని స్థితికి గురవుతారు మరియు ఒంటరిగా నిలబడి ప్రపంచానికి ఎదురుగా నిలబడగలరు. తద్వారా ప్రజా విప్లవ లక్ష్యం నెరవేరుతుంది.

# విద్యార్థులు మరియు రాజకీయాలు (1928)

*ఈ ముఖ్యమైన రాజకీయ సమస్యపై ఈ వ్యాసం జూలై, 1928లో 'కీర్తి'లో ప్రచురితమైంది. ఆ రోజుల్లో, చాలా మంది నాయకులు రాజకీయాలలో పాల్గొనవద్దని విద్యార్థులకు సలహా ఇచ్చేవారు, దీనికి ప్రతిస్పందనగా ఈ కథనం చాలా ముఖ్యమైనది. ఈ వ్యాసం ఎడిటోరియల్ ఒపీనియన్‌లో ప్రచురించబడింది మరియు బహుశా భగత్ సింగ్ రాసినది కావచ్చు.*

యువత (విద్యార్థులు) రాజకీయ కార్యక్రమాల్లో పాల్గొనకూడదని భారీ శబ్దం వినిపిస్తోంది. పంజాబ్ ప్రభుత్వ అభిప్రాయం పూర్తిగా భిన్నమైనది. కాలేజీలో చేరకముందే విద్యార్థులు రాజకీయ కార్యక్రమాల్లో పాల్గొనకూడదని షరతు విధించారు. ఇక మన దౌర్భాగ్యం ఏంటంటే.. ప్రజల చేత ఎన్నుకోబడిన మనోహర్ ఇప్పుడు విద్యాశాఖ మంత్రిగా ఉన్న పాఠశాలలకు, కాలేజీలకు చదువుతున్న, బోధించే ఎవరూ రాజకీయాల్లోకి రాకూడదని సర్క్యులర్ పంపడం. లాహోర్‌లో స్టూడెంట్స్ యూనియన్ లేదా విద్యార్థి సభ ద్వారా విద్యార్థి వారోత్సవాలు జరుపుకుంటున్నప్పుడు కొన్ని రోజులు గడిచాయి. అక్కడ కూడా సర్ అబ్దుల్ కాదర్ మరియు ప్రొఫెసర్ ఈశ్వరచంద్ర నందా విద్యార్థులు రాజకీయాలలో పాల్గొనకూడదని ఉద్ఘాటించారు.

రాజకీయ జీవితంలో పంజాబ్ అత్యంత వెనుకబడి ఉందన్నారు. దీనికి కారణం ఏమిటి? పంజాబ్ తక్కువ త్యాగాలు చేసిందా? పంజాబ్ తక్కువ కష్టాలను ఎదుర్కొందా? అలాంటప్పుడు మనం ఈ రంగంలో వెనుకబడిపోవడానికి కారణం ఏమిటి? దీనికి కారణం మన విద్యాశాఖ అధికారులు పూర్తి మూర్ఖులని స్పష్టం చేస్తున్నారు. ఈరోజు, పంజాబ్ కౌన్సిల్ చర్య చదివిన తర్వాత, మన చదువు పనికిరానిది మరియు వృధాగా ఉండటమే దీనికి కారణమని, విద్యార్థులు మరియు యువత తమ దేశ వ్యవహారాలలో పాలుపంచుకోకపోవడమేనని స్పష్టమవుతుంది. ఈ విషయంలో వారికి ఏమాత్రం అవగాహన లేదు. చదివిన

తర్వాత బయటికి వచ్చినప్పుడు, వారిలో కొందరు మాత్రమే మరింత చదివారు, కానీ వారు

వారు చాలా పచ్చిగా మాట్లాడతారు, అది విన్న తర్వాత విచారంతో కూర్చోవడం తప్ప మరొకటి లేదు. నేడు, రేపు దేశ పగ్గాలు చేపట్టనున్న యువతను అంధుడిని చేసేందుకు ప్రయత్నాలు జరుగుతున్నాయి. దీనివల్ల వచ్చే ఫలితం మనమే అర్థం చేసుకోవాలి. విద్యార్థుల ప్రధాన పని చదువు అని మేము నమ్ముతున్నాము, వారు తమ దృష్టిని పూర్తిగా దాని వైపుకు కేటాయించాలి, కానీ దేశ పరిస్థితుల గురించి మరియు వారి మెరుగుదలల గురించి ఆలోచించే సామర్థ్యాన్ని పెంపొందించడం ఆ విద్యలో చేర్చలేదా? కాకపోతే కేవలం గుమాస్తా పని కోసమే సంపాదించిన చదువు పనికిరాదని భావిస్తాం. అటువంటి విద్య అవసరం ఏమిటి? కొంతమంది చాలా తెలివైన వాళ్ళు ఇలా అంటారు - "అంకుల్, మీరు రాజకీయాల ప్రకారం చదువుకోవచ్చు మరియు ఆలోచించవచ్చు, కానీ ఆచరణాత్మకంగా పాల్గొనవద్దు. మీరు మరింత సమర్థులుగా తయారవుతారు మరియు దేశానికి ప్రయోజనకరంగా ఉంటారు.

ఇది చాలా అందంగా ఉంది, కానీ మేము దానిని రద్దు చేస్తాము ఎందుకంటే. ఇది కూడా కేవలం ఉపరితలం మాత్రమే. దీన్ని బట్టి ఒక రోజు విద్యార్థి 'యువకులకు అప్పీల్', 'ప్రిన్స్ క్రోపోట్కిన్' అనే పుస్తకాన్ని చదువుతున్నట్లు స్పష్టమవుతుంది. ఒక ప్రొఫెసర్ అడగడం మొదలుపెట్టాడు, ఇది ఏ పుస్తకం? మరి ఇది బెంగాలీ పేరు అని తెలుస్తోంది! బాలుడు చెప్పాడు - ప్రిన్స్ క్రోపోట్కిన్ పేరు చాలా ప్రసిద్ధి చెందింది. అతను ఆర్థిక శాస్త్ర పండితుడు. ప్రతి ప్రొఫెసర్‌కి ఈ పేరు గురించి పరిచయం ఉండటం చాలా ముఖ్యం. ఆ కుర్రాడు ప్రొఫెసర్ 'సమర్థత'కి నవ్వుకున్నాడు కూడా. మరియు అతను మళ్ళీ అన్నాడు - వీరు రష్యన్ పెద్దమనుషులు. బస్సు! 'రష్యన్!' గందరగోళం చెలరేగింది! ప్రొఫెసర్, "మీరు రాజకీయ పుస్తకాలు చదివారు కాబట్టి మీరు బోల్షివిక్" అన్నారు.

మీ ప్రొఫెసర్ అర్హతలు చూడండి! ఇప్పుడు ఆ పేద విద్యార్థులు వారి నుండి నేర్చుకోవలసింది ఏమిటి? అలాంటి పరిస్థితుల్లో ఆ యువత ఏం నేర్చుకోవచ్చు?రెండవది ఆచరణ రాజకీయం అంటే ఏమిటి? మహాత్మా గాంధీ, జవహర్‌లాల్ నెహ్రూ మరియు సుభాష్ చంద్రబోస్‌లను స్వాగతించడం మరియు వారి ప్రసంగాలు వినడం ఆచరణాత్మక రాజకీయం, కానీ కమిషన్‌ను లేదా వైస్రాయ్‌ను స్వాగతించడం ఏమిటి? ఇది రాజకీయాల్లో మరో కోణం కాదా? రాజకీయ రంగంలో ప్రభుత్వాలు మరియు దేశాల నిర్వహణకు సంబంధించిన

ఏదైనా లెక్కతే, ఇది కూడా రాజకీయమా లేదా? దీంతో ఒక ప్రభుత్వానికి సంతోషం, మరో ప్రభుత్వానికి కోపం అని చెబుతారా? అప్పుడు ప్రభుత్వ ఆనందమా, అసంతృప్తి అన్న ప్రశ్నగా మారింది. విద్యార్థులకు పుట్టిన వెంటనే ఆనందాన్ని నేర్పించాలా? విదేశీ దొంగలు భారతదేశాన్ని పాలించినంత కాలం విధేయత అని మనం అర్థం చేసుకున్నాము

ఇలా చేసేవారు విధేయులు కాదు, ద్రోహులు, మనుషులు కాదు, వారు జంతువులు, కడుపుకు బానిసలు. కాబట్టి విద్యార్థులకు విధేయత పాఠం నేర్చుకోవాలని మనం ఎలా చెప్పగలం?

దేశం కోసం తమ శరీరాన్ని, మనసును, సంపదను త్యాగం చేసి, పిచ్చివాళ్లలా దేశ స్వాతంత్ర్యం కోసం తమ జీవితాన్నంతా త్యాగం చేసే దేశ సేవకులు ఈ సమయంలో భారతదేశానికి అవసరమని అందరూ నమ్ముతున్నారు. అయితే వృద్ధులలో అలాంటి మనుషులు కనిపిస్తారా? కుటుంబ మరియు ప్రాపంచిక వ్యవహారాలలో చిక్కుకున్న పరిణతి చెందిన వ్యక్తుల నుండి అలాంటి వ్యక్తులు బయటపడగలరా? ఎలాంటి చిక్కుల్లో చిక్కుకోని యువత మాత్రమే ఆవిర్భవించగలదు మరియు చిక్కుల్లో పడే ముందు, విద్యార్థులు లేదా యువత కొంత ఆచరణాత్మక జ్ఞానం కూడా సంపాదించినట్లయితే మాత్రమే ఆలోచించగలరు. పరీక్ష పేపర్లలో గణితం మరియు భౌగోళిక శాస్త్రం మాత్రమే ఉండకూడదు.

ఇంగ్లండ్ విద్యార్థులందరూ కాలేజీ వదిలి జర్మనీకి వ్యతిరేకంగా పోరాడాలా?

పెట్టింది రాజకీయం కాదా? అప్పుడు మన బోధకులు ఎక్కడ ఉన్నారు - వెళ్ళు, వెళ్లి విద్యను పొందండి అని వారికి చెప్పారు. ఈరోజు అహ్మదాబాద్‌లోని నేషనల్ కాలేజ్ కుర్రాళ్లు సత్యాగ్రహంలో బర్డోలీ ప్రజలకు సహాయం చేస్తుంటే ఇలా మూర్ఖులుగా మిగిలిపోతారా? పంజాబ్ విశ్వవిద్యాలయం వారితో పోల్చితే ఎంత మంది సమర్థులైన పురుషులను ఉత్పత్తి చేస్తుందో చూద్దాం? వారికి విముక్తి కల్పించేది అన్ని దేశాల విద్యార్థులు, యువతే. భారతదేశంలోని యువత విడివిడిగా జీవించడం ద్వారా తమను మరియు తమ దేశ మనుగడను కాపాడుకోగలరా? 1919లో విద్యార్థులపై జరిగిన అఘాయిత్యాలను యువత మరిచిపోలేరు. తమకు విప్లవం అవసరమని కూడా అర్థం చేసుకున్నారు. వారు చదివారు. తప్పక చదవండి! రాజకీయాల గురించి కూడా తెలుసుకుని, అవసరమైనప్పుడు రంగంలోకి దిగి, ఈ పనికి జీవితాన్ని అంకితం చేయండి. మీ జీవితాన్ని దీని కోసం అంకితం చేయండి. లేదంటే తప్పించుకునే మార్గం కనిపించడం లేదు.

# హిందుస్థాన్ సోషలిస్ట్ రిపబ్లికన్ అసోసియేషన్ మేనిఫెస్టో (1928)

*లాహోర్ కాంగ్రెస్‌లో పంపిణీ చేయబడిన ఈ పత్రం ప్రధానంగా భగవతి చరణ్ వోహ్రాచే వ్రాయబడింది. దుర్గాభాభి మరియు ఇతర విప్లవ మిత్రులు దానిని అక్కడ పంచిపెట్టారు. సి.ఐ.డి. దాన్ని పట్టుకోగా, దాని కాపీ అతని పేపర్లలో దొరికింది.*

అమరవీరుల రక్తం నుండి స్వాతంత్ర్య మొక్క పెరుగుతుంది. భారతదేశంలో స్వాతంత్ర్య మొక్కను వర్ధిల్లేలా దశాబ్దాలుగా విప్లవకారులు తమ రక్తాన్ని చిందిస్తూనే ఉన్నారు. ఆయన మనసులో పెంపొందించుకున్న ఆదర్శాల గొప్పతనాన్ని, ఆయన చేసిన గొప్ప త్యాగాలను ప్రశ్నించే వారు చాలా తక్కువ మంది మాత్రమే ఉన్నారు, అయితే అతని చర్యలు రహస్యంగా ఉండటం వల్ల దేశప్రజలు అతని ప్రస్తుత ఉద్దేశాలు మరియు విధానాల గురించి చీకటిలో ఉన్నారు, అందుకే హిందుస్థాన్ సోషలిస్ట్ రిపబ్లికన్ అసోసియేషన్ ఈ మేనిఫెస్టోను విడుదల చేయాలని భావించింది.

విదేశీయుల బానిసత్వం నుండి భారతదేశానికి విముక్తి కోసం సాయుధ సంస్థ ద్వారా భారతదేశంలో విప్లవాన్ని నిర్వహించాలని ఈ సంఘం నిశ్చయించుకుంది. తిరుగుబాటుకు ముందు బానిసలుగా ఉన్న ప్రజల నుండి రహస్య ప్రచారం మరియు రహస్య సన్నాహాలు చేయడం స్పష్టంగా అవసరం. దేశం విప్లవ దశకు చేరుకున్నప్పుడు దానిని అడ్డుకోవడం విదేశీ ప్రభుత్వానికి కష్టమవుతుంది. ఆమె దాని ముందు కొంతకాలం జీవించగలదు, కానీ ఆమె భవిష్యత్తు శాశ్వతంగా ముగిసింది. మానవ స్వభావం, భ్రాంతి మరియు స్థితి-ఆధారితంగా ఉండటం, విప్లవం పట్ల ఒక రకమైన భయాన్ని వ్యక్తం చేస్తుంది. సామాజిక మార్పు ఎల్లప్పుడూ అధికారం మరియు అధికారాలను కోరుకునే వారికి భయాన్ని సృష్టిస్తుంది. విప్లవం

అనేది ప్రకృతి ఇష్టపడే ఒక అద్భుతం మరియు అది లేకుండా ఎటువంటి పురోగతి జరగదు - ప్రకృతిలో లేదా మానవ వ్యాపారంలో కాదు. విప్లవం ఖచ్చితంగా బుద్ధిహీన హత్యలు మరియు దహనం యొక్క క్రూరమైన ప్రచారం కాదు.

లేదా అక్కడక్కడ కొన్ని బాంబులు విసిరి కాల్పులు జరపడం కాదు; నాగరికత యొక్క అన్ని జాడలను చెరిపివేయడం మరియు అనాది కాలం నుండి న్యాయం మరియు సమానత్వం యొక్క సూత్రాలను తొలగించడం కూడా కాదు. విప్లవం అనేది నిరాశ నుండి పుట్టిన తత్వశాస్త్రం కాదు లేదా నిరంకుశుల సిద్ధాంతం కాదు. విప్లవం దేవునికి వ్యతిరేకం కావచ్చు, కానీ మానవ వ్యతిరేకం కాదు. ఇది బలమైన మరియు సజీవ శక్తి. కొత్త మరియు పాత, జీవితం మరియు మరణం, కాంతి మరియు చీకటి మధ్య అంతర్గత సంఘర్షణ యాదృచ్ఛికం కాదు. విప్లవం లేకుండా రాని సంగీత ఏకస్వామ్యం మరియు లయ లేదు. మొత్తం సృష్టి నుండి విప్లవం తుడిచిపెట్టుకుపోతే కవులు పాడే 'తూటాల మెలోడీ' నిజం లేకుండా పోతుంది. విప్లవం ఒక నియమం, విప్లవం ఒక క్రమం మరియు విప్లవం ఒక సత్యం.

ఈ సత్యాన్ని మన దేశ యువత గుర్తించింది. ఈ రోజుల్లో ఎక్కడ చూసినా అల్లకల్లోలం, చట్టపరమైన దోపిడీ, ద్వేషం స్థానంలో విప్లవం, క్రమబద్ధత, చట్టబద్ధత, ప్రేమ ఏర్పడదని ఎన్నో కష్టాలను ఓర్చుకుని గుణపాఠం నేర్చుకున్నారు. మన యువత బాధ్యతారహితులని మన పుణ్యభూమిలో ఎవరూ అనుకోకూడదు. వారు ఎక్కడ ఉన్నారో వారికి బాగా తెలుసు. వారి దారి పూల మంచం కాదని వారి కంటే ఎవరికి తెలుసు? పదే పదే ఆయన తన ఆదర్శాలకు భారీ మూల్యం చెల్లించుకున్నారు. ఈ కారణంగా యువత హడావుడిగా కొన్ని పనికిమాలిన పనులకు పాల్పడుతున్నారన్నది ఎవరి నోటి నుంచి రాకూడదు.

మన ఆశయాలను మసకబారడం మంచిది కాదు. మన ఆలోచనలు చాలా బలంగా మరియు ప్రకాశవంతంగా ఉన్నాయని మీరు తెలుసుకుంటే సరిపోతుంది, ఇది మనల్ని ముందుకు తీసుకెళ్లడమే కాకుండా ఉరిపై చిరునవ్వుతో కూడిన ధైర్యాన్ని కూడా ఇస్తుంది.

ఈరోజుల్లో అహింస గురించి విచక్షణారహితంగా, అర్థరహితంగా మాట్లాడడం ఫ్యాషన్ అయిపోయింది. మహాత్మాగాంధీ గొప్పవాడు, ఆయన గౌరవానికి ఎలాంటి భంగం వాటిల్లకూడదని, కానీ ఆయన దేశాన్ని విముక్తి చేసే విధానాన్ని పూర్తిగా నిరాకరిస్తున్నామని గట్టిగా చెప్పగలం. దేశంలో జరుగుతున్న సహాయ నిరాకరణ ఉద్యమం ద్వారా ప్రజా మేలుకొలుపులో పాల్గొన్నందుకు

ఆయనకు సెల్యూట్ చేయకపోతే అది మన కృతజ్ఞతా భావమే అవుతుంది. కానీ మనకు మహాత్ముడు అసాధ్యాల తత్వవేత్త. అహింస ఒక గొప్ప ఆదర్శం కావచ్చు, కానీ అది గతానికి సంబంధించినది. ఈ రోజు మనం ఉన్న పరిస్థితుల్లో అహింస ద్వారా మాత్రమే మనం స్వాతంత్ర్యం పొందలేము. ప్రపంచం తలకు ఆయుధాలు కలిగి ఉంది మరియు (అటువంటి) ప్రపంచం మనపై ఆధిపత్యం చెలాయిస్తుంది. అమన్ మాటలన్నీ నిజాయితీగా ఉండనివ్వండి

కానీ బానిస దేశమైన మనం తప్పుడు సిద్ధాంతాల ద్వారా మన మార్గం నుండి తప్పుకోకూడదు. ప్రపంచ పర్యావరణం హింసతో నిండిపోయి పేదల దోపిడీతో నిండినప్పుడు, దేశాన్ని అహింసా మార్గంలో నడపడం ఏమిటి? సమాజంలోని యువత పచ్చి నిద్ర వంటి కలలకు లొంగిపోదని మేము పూర్తి శక్తితో చెబుతున్నాము.

మేము హింసను విశ్వసిస్తాము - దానిలో అంతిమంగా కాదు, గొప్ప ముగింపుకు సాధనంగా. అహింస మరియు జాగ్రత్త యొక్క న్యాయవాదులు మన నమ్మకాలను అనుసరించడానికి మరియు దాని కోసం బాధపడటానికి మేము సిద్ధంగా ఉన్నామని నమ్ముతారు. కాబట్టి మన సాధారణ తల్లి బలిపీఠం వద్ద మన సహచరుల త్యాగాలను మనం లెక్కించవలసి ఉంటుందా? బ్రిటీష్ ప్రభుత్వ జైళ్ల గోడల మధ్య అనేక ఆత్మలను కదిలించే మరియు హృదయాన్ని కదిలించే సన్నివేశాలు ప్రదర్శించబడ్డాయి. మన ఉగ్రవాద విధానం వల్ల మనం చాలాసార్లు శిక్షించబడ్డాం. మా సమాధానం ఏమిటంటే విప్లవకారుల సమస్య తీవ్రవాదం కాదు; ఇప్పటికీ ఉగ్రవాదం ద్వారానే విప్లవం వస్తుందని నమ్ముతున్నాం. అయితే బ్రిటీష్ ప్రభుత్వాన్ని తిప్పికొట్టడానికి ఈ పద్ధతులను ఉపయోగించడం మాత్రమే ప్రభావవంతమైన మార్గం అని విప్లవకారులు సరిగ్గా అనుకుంటున్నారు అనడంలో సందేహం లేదు.

భారతదేశం మొత్తాన్ని భయభ్రాంతులకు గురి చేయడంలో విజయం సాధించినందున బ్రిటిష్ ప్రభుత్వం కొనసాగుతోంది. ఈ ప్రభుత్వ ఉగ్రవాదాన్ని మనం ఎలా ఎదుర్కోవాలి? విప్లవకారుల నుండి పోటీ భయం మాత్రమే వారి భయాందోళనలను అరికట్టడంలో విజయం సాధించగలదు. సమాజంలో నిస్సహాయత యొక్క లోతైన భావన వ్యాపించింది. ఈ ప్రమాదకరమైన నిరాశను ఎలా అధిగమించాలి? త్యాగ స్ఫూర్తిని మేల్కొల్పడం ద్వారానే కోల్పోయిన ఆత్మవిశ్వాసం మళ్లీ పుంజుకుంటుంది. ఉగ్రవాదానికి అంతర్జాతీయ కోణం కూడా ఉంది. మా శక్తి యొక్క పూర్తి ప్రదర్శన ద్వారా మాకు సహాయం చేయడానికి

ఇంగ్లాండ్‌కు తగినంత మంది శత్రువులు సిద్ధంగా ఉన్నారు. ఇది కూడా పెద్ద ప్రయోజనం.

భారతదేశం సామ్రాజ్యవాద కాడి కింద నలిగిపోతోంది, దానిలోని కోట్లాది మంది ప్రజలు నేడు అజ్ఞానానికి మరియు పేదరికానికి బాధితులుగా మారుతున్నారు. భారతదేశంలోని పెద్ద సంఖ్యలో కార్మికులు మరియు రైతులు విదేశీ ఒత్తిడి మరియు ఆర్థిక దోపిడీ కారణంగా నాశనమయ్యారు. భారతదేశ కార్మికవర్గం పరిస్థితి నేడు చాలా తీవ్రంగా ఉంది. ఇది రెట్టింపు ముప్పును ఎదుర్కొంటుంది - ఒక వైపు నుండి విదేశీ పెట్టుబడిదారీ విధానం మరియు మరొక వైపు నుండి భారత పెట్టుబడిదారీ విధానం యొక్క మోసపూరిత దాడి. భారతీయ పెట్టుబడిదారీ విధానం ప్రతిరోజూ విదేశీ పెట్టుబడితో అనేక పొత్తులు చేసుకుంటోంది. కొందరు రాజకీయ నేతలను డొమినియన్‌గా అంగీకరించడం కూడా ఈ హవా వైఖరిని వివరిస్తోంది.భారత పెట్టుబడిదారుడు భారతీయ ప్రజలను మోసం చేసి, విదేశీ పెట్టుబడిదారుడి నుండి ద్రోహానికి మూల్యంగా ప్రభుత్వంలో కొంత వాటా పొందాలనుకుంటున్నాడు. అందుకే శ్రామిక ప్రజల ఆశలన్నీ ఇప్పుడు సోషలిజంపై మాత్రమే ఉన్నాయి మరియు ఇది మాత్రమే సంపూర్ణ స్వాతంత్ర్యం సాధించడంలో మరియు అన్ని వివక్షలను అంతం చేయడంలో సహాయపడుతుంది. దేశ భవిష్యత్తు యువతపైనే ఆధారపడి ఉంది. అతడు భూమి పుత్రుడు. బాధలను అనుభవించడానికి అతని సుముఖత, అతని నిర్భయ మరియు కదలని త్యాగం భారతదేశ భవిష్యత్తు అతని చేతుల్లో సురక్షితంగా ఉందని చూపిస్తుంది. ఉద్వేగభరితమైన క్షణంలో, దేశబంధు దాస్ ఇలా అన్నారు, "యువ భారతమాత యొక్క గర్వం మరియు ఆశలు. ఉద్యమం వెనుక వారి స్ఫూర్తి, త్యాగం, విజయం ఉన్నాయి. స్వాతంత్ర్య బాటలో జ్యోతులతో నడిచే వారు. వీరు మోక్ష మార్గంలో ఉన్న యాత్రికులు."

రిపబ్లిక్ ఆఫ్ ఇండియా యువత, సైనికులు ఎవరూ లైన్‌లో నిలబడరు. పనిలేకుండా నిలబడకండి లేదా వృధాగా కదలకండి. నిన్ను నిరుపయోగంగా మార్చే దీర్ఘ పేదరికాన్ని శాశ్వతంగా పారద్రోలి. మీది చాలా గొప్ప మిషన్. దేశంలోని ప్రతి మూలలో మరియు ప్రతి దిశలో మీరే విస్తరించండి మరియు రాబోయే భవిష్యత్ విప్లవానికి ప్రజలను సిద్ధం చేయండి. బగల్ కాల్ ఆఫ్ డ్యూటీని వినండి. అలాగని నీ జీవితాన్ని వృధా చేసుకోకు. ఎదగండి, మీ జీవితంలోని ప్రతి క్షణం అటువంటి మార్గాలు మరియు పద్ధతులను కనుగొనడంలో గడపాలి, మీ పురాతన భూమి

యొక్క కళ్ళలో మంటను ఎలా మేల్కొల్పాలి మరియు దీర్ఘ నిట్టూర్పుతో మేల్కొలపాలి. బ్రిటీష్ సామ్రాజ్యానికి వ్యతిరేకంగా యువకుల హృదయాలలో రెచ్చగొట్టడం మరియు ద్వేషం కలిగించండి, అటువంటి విత్తనాలను నాటండి, అవి పెరిగి పెద్ద వృక్షాలు అవుతాయి, ఎందుకంటే మీరు ఈ విత్తనాలను మీ వేడి రక్తంతో నీరు పోస్తారు. అప్పుడు ఒక భయంకరమైన భూకంపం వస్తుంది, ఇది ఒక పెద్ద పేలుడుతో అన్ని తప్పుడు విషయాలను నాశనం చేస్తుంది మరియు సామ్రాజ్యవాద రాజభవనాన్ని దుమ్ముతో నలిపివేస్తుంది మరియు ఈ వినాశనం గొప్పది.

అప్పుడు, మరియు అప్పుడు మాత్రమే, తెలివైన మరియు బలవంతుడు బలహీనులను ఎల్లప్పుడూ ఆశ్చర్యపరిచేటప్పుడు దాని సద్గుణాలు మరియు గొప్పతనంతో మానవాళిని ఆశ్చర్యపరిచే ఒక భారతీయ దేశం ఉద్భవిస్తుంది. అప్పుడే వ్యక్తి స్వేచ్ఛకు భద్రత ఏర్పడి కార్మికవర్గ నాయకత్వానికి, సార్వభౌమాధికారానికి గౌరవం లభిస్తుంది. అలాంటి విప్లవం రావాలనే సందేశాన్ని ఇస్తున్నాం. విప్లవం చిరకాలం జీవించు!

**- కర్తార్ సింగ్**

చైర్మన్

(రిపబ్లికన్ ప్రెస్, అర్వాన్, ఇండియా ద్వారా ప్రచురించబడింది.)

# సుఖ్‌దేవ్‌కు భగత్ సింగ్ లేఖ (ఏప్రిల్ 1929)

*భగత్ సింగ్ లాహోర్‌లోని నేషనల్ కాలేజీ విద్యార్థి. ఒక అందమైన అమ్మాయి అతను ప్రయాణిస్తున్నప్పుడు చూసి నవ్వుతూ ఉండేది మరియు భగత్ సింగ్ వల్లనే ఆమె కూడా విప్లవ పార్టీకి దగ్గరైంది. అసెంబ్లీలో బాంబు వేయాలని పథకం రచించినప్పుడు, పార్టీ అవసరాన్ని సాకుగా చూపి భగత్ సింగ్ సహచరులు ఆయనకు ఈ బాధ్యతను అప్పగించడానికి నిరాకరించారు. భగత్ సింగ్ సన్నిహిత మిత్రుడు సుఖ్‌దేవ్, అతను చనిపోవడానికి భయపడుతున్నాడని మరియు ఆ అమ్మాయి కారణంగానే అతనిని ఎగతాళి చేశాడు. ఈ ఆరోపణతో భగత్ సింగ్ గుండె పగిలిపోయింది మరియు అతను మళ్లీ పార్టీ సమావేశాన్ని పిలిచాడు మరియు అసెంబ్లీలో బాంబు విసిరే బాధ్యత తనకే ఇవ్వాలని పట్టుబట్టాడు. ఏప్రిల్ 8, 1929 న అసెంబ్లీలో బాంబు విసిరే ముందు, బహుశా ఏప్రిల్ 5 న, అతను ఢిల్లీలోని సీతారామ్ బజార్‌లోని తన ఇంట్లో సుఖ్‌దేవ్‌కు ఈ లేఖ రాశాడు, దానిని శివ వర్మ అతనికి పంపాడు. ఏప్రిల్ 13న అరెస్టయిన సుఖ్‌దేవ్ నుండి దానిని స్వాధీనం చేసుకున్నారు మరియు లాహోర్ కుట్ర కేసులో సాక్ష్యంగా సమర్పించారు.*

ప్రియమైన సోదరుడు,

మీకు ఈ ఉత్తరం అందిన వెంటనే నేను వెళ్ళిపోతాను - దూరంగా ఉన్న గమ్యానికి. ఈ రోజు నేను చాలా సంతోషంగా ఉన్నాను అని నేను మీకు భరోసా ఇవ్వాలనుకుంటున్నాను. గతంలో కంటే ఎక్కువ. నేను ప్రయాణానికి సిద్ధంగా ఉన్నాను, నా జీవితంలో చాలా ఆనందం ఉన్నప్పటికీ, నా సోదరుడు, నా స్వంత సోదరుడు నన్ను తప్పుగా అర్థం చేసుకున్నాడు మరియు నాపై చాలా కఠినంగా ఉన్నాడు. ఈ రోజు నేను పూర్తిగా సంతృప్తి చెందాను. గతంలో కంటే ఎక్కువ. ఈ రోజు నేను అది ఏమీ కాదని గ్రహించాను,

అపార్థం ఏర్పడింది. నా బహిరంగ ప్రవర్తన నా మాట్లాడేతనం మరియు నా స్వీయ అంగీకారం నా బలహీనతగా పరిగణించబడింది. నేను బలహీనుడను కాను. అతని స్వంతదాని కంటే బలహీనుడు కాదు.

సోదరా ! నేను స్వచ్ఛమైన హృదయంతో బయలుదేరుతాను. మీరు కూడా శుభ్రంగా ఉంటారా? ఇది మీకు చాలా దయగా ఉంటుంది, కానీ మీరు తొందరపడి ఎలాంటి చర్యలు తీసుకోకుండా జాగ్రత్త వహించండి. మీరు పనిని తీవ్రంగా మరియు ప్రశాంతంగా కొనసాగించాలి, తొందరపడి అవకాశాన్ని చేజిక్కించుకోవడానికి ప్రయత్నించవద్దు. మీకు ప్రజల పట్ల కొంత కర్తవ్యం ఉంది, దానిని నెరవేర్చేటప్పుడు, నిరంతరం జాగ్రత్తగా పని చేస్తూ ఉండండి.

ఒక సూచనగా, శాస్త్రి అంటే నాకు ఇంతకు ముందు కంటే బాగా ఇష్టమని చెప్పాలనుకుంటున్నాను. వారు అంధకార భవిష్యత్తుకు కట్టుబడి ఉండటానికి సిద్ధంగా ఉంటే, మరియు చాలా స్పష్టంగా ఉంటే, నేను వారిని రంగంలోకి తీసుకురావడానికి ప్రయత్నిస్తాను. వారిని ఇతర వ్యక్తులతో కలిసిపోయి వారి బాడీ లాంగ్వేజ్ ని అధ్యయనం చేయనివ్వండి. వారు తమ పనిని సరైన స్ఫూర్తితో చేస్తే, వారు ఉపయోగకరంగా మరియు చాలా విలువైనదిగా రుజువు చేస్తారు. కానీ తొందరపడకండి. మీరే మంచి న్యాయమూర్తి అవుతారు. మీ సౌలభ్యం ప్రకారం ఏర్పాట్లు చేసుకోండి. రండి సోదరా, ఇప్పుడు మనం చాలా సంతోషంగా ఉందాం.

సంతోషకరమైన వాతావరణంలో, మనం చర్చించుకుంటున్న ప్రశ్నలో నేను నా పక్షం వహించకుండా ఉండలేనని చెప్పగలను. నేను ఆశలు మరియు ఆకాంక్షలతో నిండి ఉన్నాను మరియు జీవితంలోని ఆనందకరమైన రంగులలో మునిగిపోయాను, కానీ అవసరమైన సమయంలో నేను ప్రతిదీ త్యాగం చేయగలను మరియు ఇది నిజమైన త్యాగం అని నేను పూర్తి శక్తితో చెబుతున్నాను. ఈ విషయాలు మనిషి మార్గంలో ఎప్పటికీ అడ్డంకులు కావు, అతను మానవుడు అయితే. మీరు సమీప భవిష్యత్తులో మాత్రమే ప్రత్యక్ష రుజువు పొందుతారు.

ఒక వ్యక్తి యొక్క పాత్ర గురించి చర్చించేటప్పుడు ఆలోచించాల్సిన విషయం ఏమిటంటే, ప్రేమ ఎప్పుడైనా ఒక వ్యక్తికి సహాయం చేసిందా? నేను ఈ రోజు ఈ ప్రశ్నకు సమాధానం ఇస్తున్నాను - అవును, అది మజ్జిని. అతను తన మొదటి తిరుగుబాటు వైఫల్యం, అతని ఆత్మను అణిచివేసిన ఓటమి, చనిపోయిన తన సహచరుల జ్ఞాపకాలను భరించలేకపోయాడని మీరు తప్పక చదివారు. అతను పిచ్చిగా లేదా ఆత్మహత్యకు పాల్పడేవాడు, కానీ తన ప్రియమైన వ్యక్తి యొక్క ఒక్క లేఖతో, అతను అందరికంటే బలవంతుడయ్యాడు, కానీ అందరికంటే బలంగా ఉన్నాడు. ప్రేమ యొక్క నైతిక స్థాయికి సంబంధించినంతవరకు, ఇది ఒక ప్రేరణ తప్ప దానిలో ఏమీ లేదని నేను చెప్పగలను, కానీ ఇది క్రూరమైన స్వభావం కాదు, ఇది చాలా మధురమైన మానవ అనుభూతి. ప్రేమ ఎప్పుడూ జంతు స్వభావం కాదు. ప్రేమ ఎప్పుడూ మనిషి పాత్రను ఉన్నతంగా ఉంచుతుంది. నిజమైన ప్రేమ ఎప్పుడూ కల్పించబడదు. అతను తన సొంత మార్గం

నుండి వస్తుంది, కానీ ఎప్పుడు ఎవరూ చెప్పలేరు?

అవును, ఒక యువకుడు మరియు స్త్రీ ఒకరినొకరు ప్రేమించుకోవచ్చని మరియు వారి ప్రేమ సహాయంతో వారు తమ ప్రేరణలను అధిగమించి వారి స్వచ్ఛతను కాపాడుకోవచ్చని నేను చెప్పగలను. నేను ఇక్కడ ఒక విషయం స్పష్టం చేయాలనుకుంటున్నాను, ప్రేమ అనేది మానవ బలహీనత అని నేను చెప్పినప్పుడు, నేను సాధారణ వ్యక్తి కోసం, సాధారణ వ్యక్తుల స్థాయిలో చెప్పలేదు. ఇది చాలా ఆదర్శవంతమైన పరిస్థితి, మనిషి ప్రేమ-ద్వేషం మొదలైన ప్రేరణలను అధిగమిస్తాడు, మనిషి తన చర్యలను ఆత్మ సూచనల ఆధారంగా చేస్తాడు, కానీ ఆధునిక కాలంలో ఇది చెడు కాదు, కానీ మనిషికి మంచి మరియు ప్రయోజనకరమైనది. ఉంది. ఒక మనిషికి మరొక మనిషి పట్ల ఉన్న ప్రేమను నేను ఖండించాను, కానీ అది కూడా ఆదర్శ స్థాయిలో. అయినప్పటికీ, మనిషి ప్రేమ యొక్క లోతైన అనుభూతిని కలిగి ఉండాలి, అతను కేవలం ఒక వ్యక్తికి మాత్రమే పరిమితం చేయకూడదు, కానీ దానిని విశ్వవ్యాప్తంగా ఉంచాలి.

నేను ఇప్పుడు నా వైఖరిని స్పష్టం చేశానని అనుకుంటున్నాను. నేను మీకు ఒక విషయం చెప్పాలనుకుంటున్నాను, విప్లవాత్మక ఆలోచనలు ఉన్నప్పటికీ, మనం నైతికత విషయంలో ఆర్యసమాజి తరహా మతోన్మాదాన్ని అవలంబించలేము. మనం పెద్దగా మాట్లాడవచ్చు మరియు దానిని సులభంగా దాచవచ్చు, కానీ నిజ జీవితంలో మనం త్వరగా వణుకుతాము.

వదిలేయమని చెప్తాను. నేను లోతైన వినయంతో మరియు నా మనస్సులో ఎటువంటి అపోహ లేకుండా, మీలో ఉన్న మితిమీరిన ఆదర్శవాదాన్ని తగ్గించమని మిమ్మల్ని అభ్యర్థించవచ్చా? మరియు నాలాంటి జబ్బుతో బాధపడే వారిలాగా చేదుగా ఉండకండి. వారిని విమర్శిస్తూ వారి బాధలను, బాధలను పెంచకండి. వారికి మీ సానుభూతి అవసరం.

ఏ వ్యక్తిపైనా పగ పెంచుకోకుండా, మీకు అవసరమైన వారి పట్ల మీరు సానుభూతి చూపుతారని నేను ఆశించవచ్చా? కానీ మీరు ఆ విషయం యొక్క బాధితుడు అయితే తప్ప మీరు ఈ విషయాలను అర్థం చేసుకోలేరు. ఇదంతా ఎందుకు రాస్తున్నాను? నేను చాలా స్పష్టంగా చెప్పాలనుకున్నాను. నేను నా హృదయాన్ని క్లియర్ చేసాను. మీకు ప్రతి విజయం మరియు సంతోషకరమైన జీవితాన్ని కోరుకుంటున్నాను,

- మీ సోదరుడు.

భగత్ సింగ్

# అసెంబ్లీ హాలులో విసిరిన కరపత్రం (ఏప్రిల్ 1929)

ఏప్రిల్ 8, 1929న అసెంబ్లీలో బాంబు విసిరిన తర్వాత భగత్ సింగ్ మరియు బతుకేశ్వర్ దత్ పంపిణీ చేసిన ఆంగ్ల కరపత్రానికి హిందీ అనువాదం.

## హిందుస్థాన్ సోషలిస్ట్ డెమోక్రటిక్ ఆర్మీ

**సమాచారం**

"చెవిటివారు వినడానికి చాలా బిగ్గరగా వాయిస్ కావాలి," ప్రసిద్ధ ఫ్రెంచ్ అరాచక అమరవీరుడు వాలియంట్ యొక్క ఈ అమర మాటలు మా పని యొక్క సమర్థనకు సాక్ష్యం.

గత పదేళ్లలో పాలనా సంస్కరణల పేరుతో బ్రిటీష్ ప్రభుత్వం ఈ దేశానికి చేసిన అవమానాన్ని, భారత పార్లమెంటు అనే ఈ సభ భారత జాతికి విసిరిన అవమానాన్ని మళ్లీ మళ్లీ చెప్పాల్సిన అవసరం లేదు. దాని తలపై రాళ్లు అతని ఉదాహరణలను గుర్తు చేయాల్సిన అవసరం ఉంది. ఇది బాగా తెలిసినది మరియు స్పష్టంగా ఉంది. ఈరోజు మళ్లీ 'సైమన్ కమీషన్' నుండి కొన్ని సంస్కరణల కోసం ప్రజలు ఎదురు చూస్తున్నప్పుడు, ఈ ముక్కల అత్యాశతో తమలో తాము పోరాడుతున్నప్పుడు, విదేశీ ప్రభుత్వం 'పబ్లిక్ సేఫ్టీ బిల్లు' మరియు 'పారిశ్రామిక వివాదాల బిల్లు' (వాణిజ్య వివాదాల బిల్లు) పాస్ చేస్తోంది. బిల్లు) దాని అణచివేతను మరింత కఠినతరం చేయడానికి. దీనితో పాటు, రాబోయే సెషన్‌లో ప్రజలపై 'వార్తాపత్రికల ద్వారా దేశద్రోహాన్ని నిరోధించే చట్టం' (ప్రెస్ సెడిషన్ యాక్ట్) ప్రయోగిస్తామని కూడా బెదిరింపులు చేస్తున్నారు. ప్రజాసేవ చేస్తున్న కార్మిక నాయకులను విచక్షణారహితంగా అరెస్టులు చేయడం ప్రభుత్వం ఏ వైఖరిని అనుసరిస్తుందో స్పష్టం చేస్తోంది.

జాతీయ అణచివేత మరియు అవమానకరమైన ఈ ఉత్తేజకరమైన పరిస్థితిలో దాని బాధ్యత యొక్క తీవ్రతను గ్రహించి, 'హిందూస్థాన్ సమాజ్ వాదీ ప్రజాతంత్ర సంఘ్' తన సైన్యాన్ని ఆదేశించింది.

చర్యలు తీసుకునేందుకు అనుమతి ఇచ్చింది. చట్టం యొక్క ఈ దారుణమైన ప్రహసనానికి ముగింపు పలకడమే ఈ పని యొక్క ఉద్దేశ్యం. విదేశీ దోపిడి బ్యూరోక్రసీ తనకు కావలసినది చేయగలదు, కానీ దాని చట్టబద్ధత యొక్క ముసుగును చించివేయడం అవసరం.

ప్రజాప్రతినిధులు ఈ పార్లమెంటు కపటత్వాన్ని విడిచిపెట్టి తమ తమ నియోజకవర్గాలకు తిరిగి వచ్చి విదేశీ అణచివేత మరియు దోపిడీకి వ్యతిరేకంగా ప్రజలను విప్లవానికి సిద్ధం చేయాలని మేము కోరుతున్నాము. 'పబ్లిక్ సేఫ్టీ అండ్ ఇండస్ట్రియల్ డిస్ప్యూట్' అణచివేత చట్టాలకు, లాలా లజపతిరాయ్ హత్యకు నిరసనగా దేశ ప్రజల తరపున ఈ చర్య తీసుకుంటున్నామని విదేశీ ప్రభుత్వానికి చెప్పాలనుకుంటున్నాం.

మానవ జీవితాన్ని పవిత్రంగా భావిస్తాం. ప్రతి వ్యక్తి సంపూర్ణ శాంతి మరియు స్వేచ్ఛను పొందగల ఉజ్వల భవిష్యత్తును మేము విశ్వసిస్తున్నాము. మానవ రక్తాన్ని చిందించవలసిన మా బలవంతం పట్ల మేము చింతిస్తున్నాము. కానీ విప్లవం ద్వారా అందరికీ సమాన స్వేచ్ఛను ఇవ్వడానికి మరియు మనిషిని మనిషి చేసే దోపిడీని అంతం చేయడానికి, విప్లవంలో కొంత రక్తపాతం అవసరం.

విప్లవం చిరకాలం జీవించు!

హో బాల్‌రాజ్
కమాండర్ ఇన్ చీఫ్

# బాంబు ఘటనపై సెషన్స్ కోర్టులో ప్రకటన

# (జూన్, 1929)

*భగత్ సింగ్ మరియు బతుకేశ్వర్ దత్ అసెంబ్లీలో బాంబులు విసిరిన తర్వాత, జూన్ 6, 1929న, ఢిల్లీ సెషన్స్ జడ్జి Mr. లియోనార్డ్ మిడిల్టన్ కోర్టులో చారిత్రక నిక్షేపణ.*

మాపై తీవ్ర ఆరోపణలు చేశారు. కాబట్టి మన రక్షణలో మనం కూడా కొన్ని మాటలు చెప్పడం అవసరం. మా ఆరోపించిన నేరానికి సంబంధించి క్రింది ప్రశ్నలు తలెత్తుతాయి:

1. నిజానికి అసెంబ్లీలో బాంబులు విసిరారా, అవును అయితే ఎందుకు?

2. దిగువ కోర్టులో మాపై వచ్చిన ఆరోపణలు నిజమా అబద్ధమా?

మొదటి ప్రశ్నలోని మొదటి భాగానికి మా సమాధానం నిశ్చయాత్మకంగా ఉంది. అయితే ఈ కేసులో ప్రత్యక్ష సాక్షులుగా చెప్పకునే వారు ఇచ్చిన వాంగ్మూలం పూర్తిగా అబద్ధం. మేము బాంబు విసిరినందుకు నిరాకరించడం లేదు కాబట్టి, ఈ సాక్షుల వాంగ్మూలాల వాస్తవికతను కూడా ఇక్కడ పరిశీలించాలి. ఉదాహరణకు, సార్జెంట్ టెర్రీ మాలో ఒకరి నుండి పిస్టల్‌ను స్వాధీనం చేసుకున్నట్లు చెప్పడం పచ్చి అబద్ధమని మేము ఇక్కడ చెప్పాలనుకుంటున్నాము, ఎందుకంటే మేము పోలీసులకు లొంగిపోయినప్పడు మాలో ఎవరికీ పిస్టల్ లేదు. మేము బాంబులు వేయడాన్ని చూశామని చెప్పిన సాక్షులు అబద్ధం చెప్పారు. నీతి మరియు నిజాయితీ ప్రవర్తన ప్రధానమని భావించే వ్యక్తులు ఈ తప్పడు విషయాల నుండి గుణపాఠం తీసుకోవాలి. అదే సమయంలో, మేము కూడా ప్రభుత్వ న్యాయవాది యొక్క తగిన ప్రవర్తనను మరియు కోర్టు యొక్క న్యాయమైన వైఖరిని కూడా అంగీకరిస్తాము.

మొదటి ప్రశ్నలోని రెండవ భాగానికి సమాధానమివ్వాలంటే, ఈ బాంబు దాడి వంటి చారిత్రక సంఘటన గురించి మనం కొంచెం వివరంగా చెప్పాలి. మేము ఏ ఉద్దేశ్యంతో మరియు ఏ పరిస్థితులలో ఆ పని చేసామో, పూర్తి మరియు బహిరంగ స్పష్టత అవసరం.

కొందరు పోలీసు అధికారులు మమ్మల్ని జైల్లో పరామర్శించారు. ఈ సంఘటన తర్వాత అసెంబ్లీ ఉభయ సభల సంయుక్త సమావేశంలో లార్డ్ ఇర్విన్ చెప్పినట్లు ఆయన మాకు చెప్పారు

"ఈ తిరుగుబాటు ఏ ప్రత్యేక వ్యక్తికి వ్యతిరేకంగా కాదు, మొత్తం పాలనా వ్యవస్థకు వ్యతిరేకంగా." ఇది విన్నప్పుడు, మా పని యొక్క ఉద్దేశ్యాన్ని ప్రజలు సరిగ్గా అర్థం చేసుకున్నారని మేము వెంటనే గ్రహించాము.

మానవత్వాన్ని ప్రేమించడంలో మనం ఎవ్వరికంటే వెనుకంజ వేయడం లేదు. మాకు ఎవరి పట్ల వ్యక్తిగత ద్వేషం లేదు మరియు మేము ఎల్లప్పుడూ ప్రతి జీవిని గౌరవంగా చూస్తాము. సోకాల్డ్ సోషలిస్టు దివాన్ చమన్‌లాల్ చెప్పినట్లుగా, అనాగరిక అల్లర్లను సృష్టిస్తున్న మనం దేశపు మరక కాదు, లాహోర్‌లోని 'ట్రిబ్యూన్' మరియు మరికొన్ని వార్తాపత్రికలు నిరూపించడానికి ప్రయత్నించినట్లు మేము పిచ్చివాళ్లం కాదు. మన దేశ చరిత్ర, ప్రస్తుత పరిస్థితి మరియు ఇతర మానవతా ఆకాంక్షల గురించి ఆలోచించే విద్యార్థులుగా మాత్రమే మనం వినయంగా చెప్పకోగలం. మేము నెపం మరియు వంచనను ద్వేషిస్తాము.

## ఒక హానికరమైన సంస్థ

మేము ఈ పనిని ఏ వ్యక్తిగత ఆసక్తి లేదా ద్వేషంతో చేయలేదు. మా లక్ష్యం పాలనా వ్యవస్థకు వ్యతిరేకంగా నిరసన తెలియజేయడం మాత్రమే, దీని ప్రతి చర్య దాని అసమర్థతను మాత్రమే కాకుండా హాని చేయగల దాని అపారమైన సామర్థ్యాన్ని కూడా వెల్లడిస్తుంది. ఈ సమస్య గురించి మనం ఎంతగా ఆలోచించినా, ఇది భారతదేశం యొక్క సిగ్గుచేటు మరియు నిస్సహాయ స్థితిని ప్రపంచానికి బాకా మోగించడానికి మాత్రమే ఉందని మరియు ఇది బాధ్యతారహిత మరియు నిరంకుశ పాలనకు ప్రతీక అని మాకు మరింత నమ్మకం ఏర్పడింది.

ప్రజాప్రతినిధులు ఎన్నిసార్లు జాతీయ డిమాండ్లను ప్రభుత్వం ముందు ఉంచినా ఆ డిమాండ్లను పూర్తిగా విస్మరించి ప్రతిసారీ చెత్తబుట్టలో పడేసింది. సభ ఆమోదించిన గంభీరమైన తీర్మానాలను భారత పార్లమెంటు అని పిలవబడే ముందు ధిక్కారంగా తొక్కడం జరిగింది, అణచివేత మరియు నిరంకుశ చట్టాలను రద్దు చేయాలని డిమాండ్ చేసే తీర్మానాలను ఎల్లప్పుడూ ధిక్కారంగా చూస్తారు మరియు ప్రజలచే ఎన్నుకోబడిన సభ్యులకు చట్టాలు మరియు ప్రతిపాదనలు ఉన్నాయి.

అవాంఛనీయమైనది మరియు చట్టవిరుద్ధమైనదిగా రద్దు చేయబడిన ప్రభుత్వాన్ని ప్రభుత్వం కేవలం కలం పోటుతో అమలు చేసింది.

సంక్షిప్తంగా, చాలా ఆలోచించిన తర్వాత కూడా, భారతదేశంలోని కోట్లాది మంది శ్రామిక ప్రజలు కష్టపడి సంపాదించిన డబ్బుపై ఆధారపడిన అటువంటి సంస్థ యొక్క ఉనికి యొక్క సమర్థన అర్థం కాలేదు. కేవలం ఎంటర్‌టైనర్, ఇది అబద్ధం, నెపం మరియు అల్లరితో నిండిన సంస్థ. మేం ప్రజా నాయకులం

మనస్తత్వాన్ని కూడా అర్థం చేసుకోలేకపోతున్నారు. భారతదేశ నిస్సహాయ విధేయతను అపహాస్యం చేసే ఇటువంటి కఠోరమైన మరియు ముందస్తు ప్రణాళికలతో ప్రజా ఆస్తులను మరియు సమయాన్ని వృథా చేయడంలో మన నాయకులు ఎందుకు సహాయం చేస్తారో మాకు అర్థం కావడం లేదు.

ఈ ప్రశ్నలను, కార్మిక ఉద్యమ నాయకుల అరెస్టును పరిశీలిస్తున్న తరుణంలో ప్రభుత్వం పారిశ్రామిక వివాదాల బిల్లుతో ముందుకు వచ్చింది. దీనికి సంబంధించి అసెంబ్లీ ప్రొసీడింగ్స్ చూసేందుకు వెళ్లాం. భారతదేశంలోని నిస్సహాయ శ్రామిక ప్రజల బానిసత్వాన్ని మరియు దోపిడీదారుల అణిచివేత శక్తిని హానికరమైన జ్ఞాపికగా ఉన్న ఒక సంస్థ నుండి భారతదేశంలోని మిలియన్ల మంది శ్రామిక ప్రజలు ఏమీ ఆశించలేరని మా నమ్మకం మరింత బలపడింది.

అంతిమంగా, మేము అనాగరికంగా మరియు అమానుషంగా భావించే ఆ చట్టాన్ని దేశ ప్రతినిధుల తలలపై విసిరారు, తద్వారా కోట్లాది మంది పోరాడుతున్న మరియు ఆకలితో ఉన్న కార్మికుల ప్రాథమిక హక్కులను మరియు వారి ఆర్థిక విముక్తికి ఏకైక ఆయుధాన్ని కూడా కోల్పోయారు. లాక్కెళ్లారు. వెన్నుపోటు పొడిచే మౌనిక శ్రామికుల పరిస్థితి గురించి మనలాగే ఆలోచించిన వారెవరైనా బహుశా ఇవన్నీ స్థిరమైన మనస్సుతో చూడలేరు. దోపిడిదారుల బలిపీఠంపై కార్మికుల మౌన బలిదానాలు చూసి గుండెలు బాదుకుంటున్న ఎవరికైనా, అతిపెద్ద దోపిడీదారుడైన ప్రభుత్వమే ఆయన ఆత్మ రోదనను విస్మరించలేరు.

గవర్నర్ జనరల్ ఎగ్జిక్యూటివ్ కమిటీ మాజీ సభ్యుడు దివంగత శ్రీ ఎస్. ఆర్. దాస్ తన కుమారుడికి రాసిన ప్రముఖ లేఖలో ఇంగ్లండ్ కలను ఛేదించడానికి బాంబును ఉపయోగించడం అవసరమని రాశాడు. శ్రీ దాస్ చెప్పిన ఈ మాటలను ముందు ఉంచుకుని అసెంబ్లీ భవనంపై బాంబులు విసిరాం. కార్మికుల తరపున ప్రతిఘటనను ప్రదర్శించడానికి మేము అలా చేసాము. ఆ నిస్సహాయ కూలీలకు తమ హృదయాన్ని పిండేసే బాధలను చెప్పకోవడానికి వేరే మార్గం లేదు. 'చెవిటి

వారికి వినిపించేలా' చేయడమే మా లక్ష్యం, బాధితుల డిమాండ్‌లను పట్టించుకోని ప్రభుత్వానికి సకాలంలో హెచ్చరించడం.

మనలాగే, ఇతరులకు కూడా పసిఫిక్ మహాసముద్రం రూపంలో భారత మానవాళి యొక్క ఉపరితల శాంతి ఏ సమయంలోనైనా విస్ఫోటనం చెందగల భయంకరమైన తుఫానుకు సూచన అని పరోక్ష విశ్వాసం. ముమ్ముందు పొంచి ఉన్న భయంకరమైన ప్రమాదం గురించి పట్టించుకోకుండా అతి వేగంతో ముందుకు నడుస్తున్న వ్యక్తులపై మాత్రమే మేము అలారం బెల్ మోగించాము. 'ఊహాత్మక అహింస' యుగం ఇప్పుడు ముగిసిందని మరియు నేటి పెరుగుతున్న కొత్త తరానికి దాని వ్యర్థం గురించి ఎటువంటి సందేహం లేదని మేము ప్రజలకు చెప్పాలనుకుంటున్నాము.

మన హృదయపూర్వకమైన చిత్తశుద్ధి మరియు మానవాళి పట్ల అపారమైన ప్రేమ కారణంగా, అనవసరమైన రక్తపాతం నుండి రక్షించడానికి మేము ఈ హెచ్చరిక చర్యను ఆశ్రయించాము. మరియు మేము మాత్రమే కాదు, లక్షలాది మంది ప్రజలు ఇప్పటికే రక్తపాతాన్ని చూస్తున్నారు.

## ఊహాత్మక అహింస

పైన మనం 'ఊహాత్మక అహింస' అనే పదాన్ని ఉపయోగించాము. దాని వివరణ ఇక్కడ

పన్ను చెల్లించడం కూడా తప్పనిసరి. దూకుడు ప్రయోజనాల కోసం శక్తిని ఉపయోగించినప్పుడు, దానిని హింస అని పిలుస్తారు మరియు నైతిక దృక్కోణం నుండి అది సమర్థించబడదు. కానీ అది చట్టబద్ధమైన ఆదర్శం కోసం ఉపయోగించినప్పుడు, దానికి నైతిక సమర్థన కూడా ఉంటుంది. ఎట్టిపరిస్థితుల్లోనూ బలప్రయోగం చేయకూడదనే ఆలోచన ఊహాజనితమైనది, ఆచరణ సాధ్యంకాదు. ఇక్కడ, దేశంలో వేగంగా పుంజుకుంటున్న కొత్త ఉద్యమం, దాని గురించి మేము ముందస్తు సమాచారం అందించాము, గురుగోవింద్ సింగ్, శివాజీ, కమల్ పాషా, రిజా ఖాన్, వాషింగ్టన్, గారిబాల్డి, లఫాయెట్ మరియు లెనిన్ మరియు వారి పోస్ట్‌ల ఆదర్శాల నుండి ప్రేరణ పొందింది. - గుర్తులపై నడవడం. ఎందుకంటే భారతదేశంలోని విదేశీ ప్రభుత్వాలు మరియు మన జాతీయ నాయకులు ఈ ఉద్యమం పట్ల ఉదాసీనంగా ఉన్నారని మరియు ఉద్దేశపూర్వకంగా దాని పిలుపుకు చెవులు మూసుకోవాలని ప్రయత్నిస్తున్నారు. అందువల్ల, విస్మరించలేని హెచ్చరికను ఇవ్వడం మా కర్తవ్యంగా భావించాము.

## మా ఉద్దేశం

ఇప్పటి వరకు మేము ఈ సంఘటన యొక్క ప్రాథమిక ప్రయోజనంపై మాత్రమే వెలుగునిచ్చాము. ఇప్పుడు మేము కూడా మా ఉద్దేశాన్ని స్పష్టం చేయాలనుకుంటున్నాము.

ఈ ఘటనకు సంబంధించి చిన్నపాటి గాయాలు తగిలిన వ్యక్తుల పట్ల గాని, అసెంబ్లీలో మరే ఇతర వ్యక్తుల పట్ల గాని మా గుండెల్లో వ్యక్తిగత ద్వేషం లేదని ప్రత్యేకంగా చెప్పనవసరం లేదు. దీనికి విరుద్ధంగా, మేము మానవ జీవితాన్ని అత్యంత పవిత్రంగా భావిస్తున్నామని మరియు మరే వ్యక్తికి హాని కలిగించకుండా, మానవాళి సేవలో సంతోషంగా మన జీవితాలను త్యాగం చేస్తామని మరోసారి స్పష్టం చేయాలనుకుంటున్నాము. చంపడమే పనిగా పెట్టుకున్న సామ్రాజ్యవాద సైన్యంలో మనం కిరాయి మనుషులం కాదు. మేము మానవ జీవితాన్ని గౌరవిస్తాము మరియు దానిని రక్షించడానికి ఎల్లప్పుడూ ప్రయత్నిస్తాము. దీని తర్వాత కూడా అసెంబ్లీ భవనంపై ఉద్దేశపూర్వకంగానే బాంబులు విసిరినట్లు అంగీకరిస్తున్నాం. సంఘటనలు మన ఉద్దేశాలను వెలుగులోకి తెస్తాయి. మరియు మన ఉద్దేశాలను మన పని ఫలితాల ఆధారంగా అంచనా వేయాలి తప్ప ఊహాగానాలు మరియు కల్పిత పరిస్థితులపై కాదు.

ఆధారంగా. ప్రభుత్వ నిపుణుడి వాంగ్మూలానికి విరుద్ధంగా, అసెంబ్లీ భవనంలో విసిరిన బాంబుల వల్ల అక్కడ ఉన్న ఖాళీ బెంచ్‌కు మాత్రమే కొంత నష్టం జరిగిందని మరియు అరడజను మందికి స్వల్ప గాయాలయ్యాయని మనం చెప్పాలి. బాంబులు చాలా శక్తివంతమైనవని, పెద్దగా నష్టం వాటిల్లలేదని, దీన్ని ఊహించని ఘటనగా పేర్కొనాలని ప్రభుత్వ శాస్త్రవేత్తలు చెబుతున్నారు. కానీ మా అభిప్రాయం ప్రకారం అవి శాస్త్రీయంగా సృష్టించబడ్డాయి. మొదట, రెండు బాంబులు బెంచీలు మరియు డెస్క్‌ల మధ్య గ్యాప్‌లో పడిపోయాయి. రెండవది, పేలుడు జరిగిన ప్రదేశానికి రెండు అడుగుల దూరంలో కూర్చున్న వ్యక్తులు శ్రీ పి.ఆర్. రావు, శ్రీ శంకర్ రావు మరియు సర్ జార్జ్ షుస్టర్ పేర్లు గుర్తించదగినవి, ఎటువంటి గాయాలు లేవు లేదా చిన్నవి మాత్రమే ఉన్నాయి. ప్రభుత్వ నిపుణుడు చెప్పినట్లుగా ఆ బాంబులలో బలమైన పొటాషియం క్లోరేట్ మరియు పిక్క్ యాసిడ్ నింపబడి ఉంటే, ఈ బాంబులు ఆ చెక్క ఆవరణను ఛేదించి కొన్ని గజాల దూరంలో ఉన్న ప్రజలను కూడా పేల్చివేసి ఉండేవి. ఇంకా శక్తిమంతమైన పేలుడు పదార్థాలేవైనా వాటిలో నింపబడి ఉంటే, వారు ఖచ్చితంగా అసెంబ్లీలోని చాలా మంది సభ్యులను పేల్చివేయగల సామర్థ్యం

కలిగి ఉంటారు. ఇదొక్కటే కాదు, కావాలంటే పెద్దమనుషులతో కిక్కిరిసి ఉన్న ప్రభుత్వ గదిలో పడేస్తాం. లేదా ప్రతి ఆలోచనాపరుడి హృదయంలో తీవ్ర ద్వేషాన్ని రేకెత్తించిన దురదృష్టకరమైన కమిషన్ సర్ జాన్ సైమన్‌ను లక్ష్యంగా చేసుకుని, ఆపై అసెంబ్లీ స్పీకర్ గ్యాలరీలో కూర్చొని ఉండవచ్చు. కానీ మాకు అలాంటి ఉద్దేశం లేదు మరియు ఆ బాంబులు అవి రూపొందించిన విధంగానే పని చేశాయి. ఏదైనా అవాంఛనీయ సంఘటన జరిగితే

ఏం జరిగిందంటే, వారు లక్ష్యాన్ని అంటే సురక్షితమైన ప్రదేశంలో పడిపోయారు.

## ఒక చారిత్రక పాఠం

దీని తరువాత, ఈ చర్యకు శిక్షను ఎదుర్కొనేందుకు మేము ఉద్దేశపూర్వకంగా పోలీసులకు లొంగిపోయాము. కొందరిని చంపడం ద్వారా ఏ ఆదర్శాన్ని నాశనం చేయలేమని, అలాగే ఇద్దరు అప్రధానమైన వ్యక్తులను అణిచివేయడం ద్వారా దేశాన్ని అణచివేయలేమని మేము సామ్రాజ్యవాద దోపిడీదారులకు చెప్పాలనుకుంటున్నాము. చిహ్నాలు మరియు బురుజు (రాజకీయ ఖైదీలను తీవ్రమైన హింసకు గురిచేసే ఫ్రాన్స్ యొక్క అపఖ్యాతి పాలైన జైలు) ఫ్రెంచ్ విప్లవోద్యమాన్ని అణిచివేయలేకపోయాయి, సైబీరియా యొక్క నూలు మరియు గనులు మంటలను ఆర్పలేకపోయాయి రష్యన్ విప్లవం. అప్పుడు, ఆర్డినెన్స్‌లు మరియు భద్రతా బిల్లులు భారతదేశంలో స్వేచ్ఛా జ్యోతిని ఆర్పివేస్తాయా? కుట్రలను కనిపెట్టడం ద్వారా లేదా కల్పిత కుట్రల ద్వారా యువతను శిక్షించడం ద్వారా లేదా గొప్ప ఆదర్శాన్ని కలలుగన్న యువతను జైళ్లలో పడవేయడం ద్వారా

విప్లవ ప్రచారాన్ని ఆపగలరా? అవును, సకాలంలో హెచ్చరిక, నిర్లక్ష్యం చేయకపోతే, జీవితాలను కాపాడుతుంది మరియు అనవసరమైన ఇబ్బందుల నుండి వారిని కాపాడుతుంది. ఈ హెచ్చరిక భారాన్ని మనమే స్వీకరించడం ద్వారా, మేము మా కర్తవ్యాన్ని నెరవేర్చాము.

## విప్లవం అంటే ఏమిటి?

విప్లవం అంటే ఏమిటి అని భగత్ సింగ్‌ను దిగువ కోర్టులో అడిగారు. ఈ ప్రశ్నకు సమాధానమిస్తూ, విప్లవానికి రక్తపాత పోరాటాలు అవసరం లేదని, వ్యక్తిగత హింసకు తావు లేదని అన్నారు. ఇది బాంబులు మరియు పిస్టల్స్ యొక్క శాఖ

కాదు. విప్లవం అంటే అన్యాయం ఆధారంగా ప్రస్తుతం ఉన్న సామాజిక వ్యవస్థలో సమూలమైన మార్పు.

సమాజంలో ముఖ్యమైన భాగమైనప్పటికీ, నేడు కార్మికులు వారి ప్రాథమిక హక్కులను కోల్పోతున్నారు మరియు వారు కష్టపడి సంపాదించిన డబ్బు మొత్తాన్ని దోపిడీ పెట్టుబడిదారులు స్వాధీనపరుస్తున్నారు. ఇతరులకు అన్నం పెట్టే రైతులకు నేడు కుటుంబ సభ్యులతో పాటు ఆహారం కూడా అందని దుస్థితి నెలకొంది. ప్రపంచవ్యాప్తంగా ఉన్న మార్కెట్లకు బట్టను సరఫరా చేసే నేత తనకు, తన పిల్లలకు కప్పుకోవడానికి సరిపడా గుడ్డ కూడా దొరకడం లేదు. అందమైన రాజభవనాలు నిర్మించే తాపీ మేస్త్రీలు, కమ్మరి, వడ్రంగులు మురికి ఆవరణలో ఉంటూ తమ జీవితాలను ముగించుకుంటారు. దీనికి విరుద్ధంగా, పెట్టుబడిదారులు, సమాజంలోని జలగ దోపిడీదారులు, చిన్న విషయాల కోసం లక్షల రూపాయలు ఖర్చు చేస్తారు.

ఈ భయంకరమైన వివక్ష మరియు బలవంతపు వివక్ష ప్రపంచాన్ని గొప్ప తిరుగుబాటు వైపు తీసుకెళుతోంది. ఈ పరిస్థితి ఎక్కువ కాలం కొనసాగదు. నేటి ధనిక సమాజం భయంకరమైన అగ్నిపర్వతం నోటిపై కూర్చొని సరదాలు అనుభవిస్తోందని, దోపిడీదారుల అమాయకపు పిల్లలు, కోట్లాది మంది దోపిడీకి గురైన ప్రజలు భయంకరమైన లోయ అంచున నడుస్తున్నారని స్పష్టమవుతోంది.

## సమూల మార్పు అవసరం

నాగరికతతో కూడిన ఈ ప్యాలెస్ను సకాలంలో చూసుకోకపోతే, ఇది త్వరలో కూలిపోతుంది. దేశంలో సమూలమైన మార్పు రావాలి. కమ్యూనిస్టు సూత్రాలపై సమాజాన్ని పునర్నిర్మించడం ఈ విషయాన్ని గ్రహించిన వారి కర్తవ్యం. ఇది పూర్తయ్యే వరకు, మనిషిని మనిషి మరియు ఒక దేశం మరొక దేశం సామ్రాజ్యవాదం అని పిలిచే దోపిడీకి అంతం కాదు, మానవత్వం ఉంటుంది.

దాని కష్టాలను వదిలించుకోవడం అసాధ్యం, మరియు అప్పటి వరకు యుద్ధాలను ముగించడం మరియు ప్రపంచ శాంతి యుగానికి నాంది పలకడం అనే మాటలన్నీ కేవలం నెపం తప్ప మరొకటి కాదు. విప్లవం ద్వారా మనం అంతిమంగా అటువంటి సంక్షోభాల నుండి విముక్తి పొందే మరియు శ్రామికవర్గం యొక్క ఆధిపత్యాన్ని విశ్వవ్యాప్తంగా ఆమోదించే సామాజిక వ్యవస్థ స్థాపన అని అర్థం. మరియు దాని ఫలితంగా స్థాపించబడిన ప్రపంచ యూనియన్

64

పెట్టుబడిదారీ సంకెళ్ళ నుండి మరియు సామ్రాజ్యవాద యుద్ధం యొక్క వినాశనం నుండి బాధలో ఉన్న మానవాళిని విడిపించగలదు.

## సకాలంలో హెచ్చరిక

ఇది మా ఆదర్శం. మరియు ఈ ఆదర్శం నుండి ప్రేరణ పొంది, మేము సరైన మరియు బలమైన హెచ్చరికను ఇచ్చాము. కానీ మన హెచ్చరికను ఖాతరు చేయకపోతే మరియు ప్రస్తుత పాలక వ్యవస్థ పెరుగుతున్న ప్రజాశక్తి మార్గంలో అడ్డంకులు పెట్టకుండా ఉండకపోతే, ఈ విప్లవం యొక్క ఆదర్శాన్ని నెరవేర్చడానికి, భయంకరమైన యుద్ధం జరగడం అనివార్యం. అన్ని అడ్డంకులను అధిగమించి ముందుకు సాగితే, ఆ యుద్ధం శ్రామికవర్గ నియంతృత్వ స్థాపనకు దారి తీస్తుంది. ఈ నియంతృత్వం విప్లవోద్యమ ఆశయాల సాధనకు బాటలు వేస్తుంది. విప్లవం అనేది మానవజాతి యొక్క సహజమైన హక్కు, అది అపహరించబడదు. స్వేచ్ఛ అనేది ప్రతి మనిషికి ఉన్న సార్వత్రిక హక్కు. శ్రామిక వర్గమే సమాజానికి నిజమైన పోషణ, శ్రామికవర్గం యొక్క అంతిమ లక్ష్యం ప్రజల అత్యున్నత శక్తిని స్థాపించడం. ఈ ఆదర్శాలకు మరియు ఈ నమ్మకానికి మనకు ఎలాంటి శిక్ష విధించబడినా, మేము దానిని సంతోషంగా స్వాగతిస్తాము. ఇంత గొప్ప ఆదర్శానికి పెద్ద త్యాగం కూడా చాలా చిన్నది కాబట్టి, ఈ విప్లవ పీఠంపై మేము మా యువతను త్యాగం చేసాము. మేము సంతృప్తి చెందాము మరియు విప్లవం రాక కోసం ఆత్రుతగా ఎదురుచూస్తున్నాము.

విప్లవం చిరకాలం జీవించు!

(జూన్ 6, 1929)

# విద్యార్థుల పేరు అక్షరాలు
# (అక్టోబర్, 1929)

*భగత్ సింగ్ మరియు బుట్కేశ్వర్ దత్ తరపున జైలు నుండి పంపిన ఈ లేఖ పంజాబ్ స్టూడెంట్స్ యూనియన్, లాహోర్‌లోని రెండవ సెషన్‌లో అక్టోబర్ 19, 1929న చదవబడింది. సభకు చైర్మన్‌గా సుభాష్ చంద్రబోస్ వ్యవహరించారు.*

ఈ సమయంలో మేము బాంబులు మరియు పిస్టల్స్ తీయమని యువతను అడగలేము. నేడు విద్యార్థులు మరింత ముఖ్యమైన పనిని ఎదుర్కొంటున్నారు. రాబోయే లాహోర్ సెషన్‌లో, దేశ స్వాతంత్ర్యం కోసం కాంగ్రెస్ భీకర పోరాటాన్ని ప్రకటించబోతోంది. జాతీయ చరిత్ర యొక్క ఈ క్లిష్ట క్షణాలలో, యువత యొక్క భుజాలపై భారీ బాధ్యత వస్తుంది. ఈ స్వాతంత్ర్య సమరంలో విద్యార్థులు ముందు వరుసలో మృత్యువును ఎదుర్కొన్న మాట వాస్తవమే. ఈ పరీక్షా సమయాల్లో అదే విధమైన సంకల్పం మరియు విశ్వాసాన్ని ప్రదర్శించడంలో వారు వెనుకాడతారా? ఈ విప్లవ సందేశం దేశంలోని నలుమూలల ఉన్న యువతకు చేరవేయాలి, ఈ విప్లవ జ్వాలలను ఫ్యాక్టరీ ప్రాంతాలలో, మురికివాడల్లో, గ్రామాల్లోని శిథిలావస్థలో ఉన్న గుడిసెలలో నివసించే కోట్లాది మంది ప్రజలలో రగిలించాలి, ఇది స్వాతంత్ర్యం మరియు అప్పుడు ఒక వ్యక్తి మరొకరికి సహాయం చేస్తాడు

దోపిడీ అసాధ్యం అవుతుంది. పంజాబ్ రాజకీయంగా కూడా వెనుకబడి ఉంది. దీని బాధ్యత యువతపై కూడా ఉంది. ఈ రోజు, వారు దేశం పట్ల వారి అపారమైన భక్తిని మరియు అమరవీరుడు యతీంద్రనాథ్ దాస్ యొక్క గొప్ప త్యాగాన్ని స్ఫూర్తిగా తీసుకొని ఈ స్వాతంత్ర్య పోరాటంలో బలంగా పోరాడగలరని నిరూపించాలి.

*[ట్రిబ్యూన్ (లాహోర్)లో అక్టోబర్ 22, 1929న ప్రచురించబడింది.*

# లెటర్ టు ది ఎడిటర్, మోడరన్ రివ్యూ (డిసెంబర్, 1929)

*భగత్ సింగ్ భారత ప్రజల ముందు తన అభిప్రాయాలను స్పష్టంగా అందించాడు. అతని దృష్టిలో, విప్లవం యొక్క కత్తి ఆలోచనల అంచు ద్వారా మాత్రమే పదును పెట్టబడుతుంది. వారు సైద్ధాంతిక విప్లవాత్మక పరిస్థితి కోసం పోరాడారు. తన ఆలోచనలపై జరిగిన దాడులన్నింటికీ తార్కిక సమాధానాలు ఇచ్చాడు. ఈ దాడులు బ్రిటీష్ ప్రభుత్వం తరపున లేదా స్థానిక నాయకుల తరపున వార్తాపత్రికలలో జరిగాయి. 63 రోజుల నిరాహార దీక్ష తర్వాత అమరవీరుడు యతీంద్రనాథ్ దాస్ వీరమరణం పొందారు. 'మోడరన్ రివ్యూ' సంపాదకుడు రామానంద్ ఛటోపాధ్యాయ, అమరవీరుడు బలిదానం చేసిన తర్వాత భారతీయ ప్రజానీకం అతని పట్ల చూపిన గౌరవాన్ని మరియు 'ఇంక్విలాబ్ జిందాబాద్' నినాదాన్ని విమర్శించారు. భగత్ సింగ్ మరియు బతుకేశ్వర్ దత్ తన సంపాదకీయానికి మోడరన్ రివ్యూ ఎడిటర్‌కి ఈ క్రింది సమాధానం ఇచ్చారు.*

మిస్టర్ ఎడిటర్,

మోడరన్ రివ్యూ.

మీరు గౌరవనీయమైన మీ వార్తాపత్రిక యొక్క డిసెంబర్ 1929 సంచికలో 'ఇంక్విలాబ్ జిందాబాద్' అనే శీర్షికతో ఒక వ్యాఖ్యను వ్రాసి, ఈ నినాదాన్ని అర్థంలేనిదిగా చేయడానికి ప్రయత్నించారు. ప్రతి భారతీయుడు గౌరవించే మీలాంటి పరిణతి చెందిన ఆలోచనాపరుడు మరియు అనుభవజ్ఞుడైన మరియు విజయవంతమైన సంపాదకుడి రచనలలో తప్పలు కనుగొనడం మా పక్షాన గొప్ప సాహసం. అయినప్పటికీ, ఈ నినాదం ద్వారా మనం ఏమి అర్థం చేసుకున్నాము అనే ప్రశ్నకు సమాధానం ఇవ్వడం మా కర్తవ్యంగా మేము భావిస్తున్నాము.

ఇది అవసరం, ఎందుకంటే ఈ దేశంలో ఈ సమయంలో ఈ నినాదాన్ని అందరికీ వ్యాప్తి చేసే పని మనపై పడింది. ఈ నినాదాన్ని మేం సృష్టించలేదు. ఈ నినాదం రష్యా యొక్క విప్లవాత్మక ఉద్యమంలో ఉపయోగించబడింది. ప్రసిద్ధ సోషలిస్ట్ రచయిత అప్టన్ సింక్లైర్

ఈ నినాదాన్ని అతని 'బోస్టన్' మరియు 'ఐల్' నవలలలో కొన్ని అరాచక విప్లవ పాత్రలు ఉపయోగించారు. దీని అర్థం ఏమిటి? దీని అర్థం సాయుధ పోరాటం శాశ్వతంగా కొనసాగాలని మరియు ఏ వ్యవస్థ కూడా తక్కువ కాలం పాటు స్థిరంగా ఉండదని కాదు. ఇంకా చెప్పాలంటే దేశంలో, సమాజంలో అరాచకం జరగాలి.

చాలా కాలంగా వాడుకలో ఉన్నందున, ఈ నినాదం చాలా ప్రత్యేకమైన అనుభూతిని పొందింది, భాష యొక్క నియమాలు మరియు పదజాలం ఆధారంగా, దాని పదాలు సరైన తార్కిక రూపంలో నిరూపించబడకపోవచ్చు, కానీ అదే సమయంలో, ఈ నినాదం దానితో ముడిపడి ఉన్న ఆలోచనలను వేరు చేయలేము. అటువంటి నినాదాలన్నీ వాటిలో కొంత వరకు ఉద్భవించిన మరియు కొంతవరకు వాటిలో అంతర్లీనంగా ఉన్న ఆమోదించబడిన అర్థాన్ని సూచిస్తాయి.

ఉదాహరణకు, మేము యతీంద్రనాథ్ జిందాబాద్ అనే నినాదాన్ని లేవనెత్తాము. దీని ద్వారా మన ఉద్దేశ్యం ఏమిటంటే, అతని జీవితంలోని గొప్ప ఆదర్శాలను మరియు ఈ గొప్ప అమరవీరుడు వర్ణించలేని బాధను కలిగించిన అవిశ్రాంత ఉత్సాహాన్ని మనం ఎప్పటికీ కొనసాగించాలి మరియు ఆ ఆదర్శం కోసం అపారమైన త్యాగాలు చేయాలి. ఈ నినాదాన్ని లేవనెత్తడం ద్వారా మనం కూడా మన ఆదర్శాల పట్ల ఎడతెగని ఉత్సాహాన్ని అలవర్చుకోవాలనే మన కోరికను వ్యక్తపరిచారు. ఇది మనం మెచ్చుకునే ఆత్మ. అలాగే, 'ఇంక్విలాబ్' అనే పదానికి అర్థాన్ని కూడా అక్షరాలా తీసుకోకూడదు. ఈ పదాన్ని సముచితంగా మరియు అనుచితంగా ఉపయోగించే వ్యక్తుల అభిరుచులను బట్టి, దానికి భిన్నమైన అర్థాలు మరియు విభిన్న లక్షణాలు జోడించబడతాయి. విప్లవకారుల దృష్టిలో ఇది పవిత్ర వాక్యం. మేము ట్రిబ్యునల్ ముందు మా ప్రకటనలో ఈ విషయాన్ని స్పష్టం చేయడానికి ప్రయత్నించాము.

విప్లవం అంటే సాయుధ ఉద్యమం అని అర్థం కాదని ఈ ప్రకటనలో చెప్పాము. బాంబులు మరియు తుపాకీలు కొన్నిసార్లు విప్లవాన్ని విజయవంతం చేయడానికి ఏకైక సాధనం. కొన్ని కదలికలలో బాంబులు మరియు పిస్టల్లు ఒక ముఖ్యమైన సాధనంగా నిరూపిస్తాయనడంలో సందేహం లేదు, కానీ ఈ కారణంగానే బాంబులు మరియు పిస్టల్లు విప్లవానికి పర్యాయపదాలు కావు. తిరుగుబాటును విప్లవం అని పిలవలేము, అయితే తిరుగుబాటు యొక్క అంతిమ ఫలితం విప్లవం కావచ్చు.

ఒక్క వాక్యంలో విప్లవం అనే పదానికి అర్థం 'పురోగతి కోసం మార్పు యొక్క భావన మరియు ఆకాంక్ష'. ప్రజలు సాధారణంగా జీవన సంప్రదాయ పరిస్థితులకు అతుక్కుపోతారు మరియు మార్పు గురించి ఆలోచించినప్పుడు వణుకుతారు. ఇది నిష్క్రియాత్మక భావన, దాని స్థానంలో విప్లవాత్మక స్ఫూర్తిని మేల్కొల్పాల్సిన అవసరం ఉంది. మరో మాటలో చెప్పాలంటే, నిష్క్రియాత్మక వాతావరణం సృష్టించబడిందని మరియు సాంప్రదాయిక శక్తులు మానవ సమాజాన్ని నాశనం చేస్తున్నాయని చెప్పవచ్చు. మిమ్మల్ని తప్పు దారిలో తీసుకెళ్తుంది. ఈ పరిస్థితులు మానవ సమాజ పురోగతిలో స్తబ్దతకు కారణం అవుతాయి.

మానవజాతి యొక్క ఆత్మ ఈ విప్లవ స్ఫూర్తితో శాశ్వతంగా నింపబడాలి, తద్వారా మానవ సమాజం యొక్క పురోగతిని అడ్డుకునేందుకు సంప్రదాయవాద శక్తులు సంఘటితం కావు. పాత వ్యవస్థ శాశ్వతంగా ఉండకూడదని మరియు కొత్త వ్యవస్థ కోసం అది నిరంతరం చోటు కల్పించడం అవసరం, తద్వారా ఒక ఆదర్శ వ్యవస్థ ప్రపంచాన్ని దిగజారకుండా నిరోధించగలదు. ఇదే మా ఉద్దేశం, దీన్ని గుండెల్లో పెట్టుకుని 'ఇంక్విలాబ్ జిందాబాద్' నినాదాన్ని అందిస్తాం.

**భగత్ సింగ్, బి. యొక్క.**
తేదీ డిసెంబర్ 22, 1929

# విజన్ ఆఫ్ ది బాంబ్
# (జనవరి 1930)

జాతీయోద్యమ సమయంలో, విప్లవకారులను ఖండించడంలో గాంధీజీ బ్రిటిష్ ప్రభుత్వం కంటే ఒక అడుగు ముందుండేవాడు. డిసెంబర్ 23, 1929 న, విప్లవకారులు బ్రిటిష్ సామ్రాజ్యవాదానికి మూలస్తంభమైన వైస్రాయ్ కారును పేల్చివేయడానికి ప్రయత్నించారు, అది విఫలమైంది. ఈ సంఘటనపై గాంధీజీ 'బాంబు ఆరాధన' అనే ఘాటైన కథనాన్ని రాశారు, అందులో వైస్రాయ్‌ను దేశ శ్రేయోభిలాషి అని, స్వాతంత్ర్య మార్గంలో అడ్డంకులు సృష్టిస్తున్న యువత అని పేర్కొన్నారు. ఈ ప్రతిస్పందనలో, హెచ్ఎస్పి తరపున భగవతి చరణ్ వోహ్రా 'ఫిలాసఫీ ఆఫ్ ది బాంబ్' అనే కథనాన్ని రాశారు, దీనికి 'మేనిఫెస్టో ఆఫ్ హిందుస్థాన్ ప్రజాతంత్ర సమాజ్‌వాదీ సభ' అనే శీర్షిక ఉంది. భగత్ సింగ్ జైల్లోనే దానికి తుది రూపం ఇచ్చాడు. ఇది జనవరి 26, 1930న దేశవ్యాప్తంగా పంపిణీ చేయబడింది.

ఇటీవలి సంఘటనలు, ప్రత్యేకించి డిసెంబర్ 23, 1929న వైస్రాయ్ ప్రత్యేక రైలును పేల్చివేయడానికి ప్రయత్నించడాన్ని ఖండిస్తూ కాంగ్రెస్ ఆమోదించిన తీర్మానం మరియు యంగ్ ఇండియాలో గాంధీజీ రాసిన వ్యాసాలు గాంధీజీతో కలిసి భారత జాతీయ కాంగ్రెస్, భారత విప్లవకారులకు వ్యతిరేకంగా తీవ్ర ఉద్యమం ప్రారంభించారు. విప్లవకారులపై నిత్యం ప్రజల్లో ప్రసంగాలు, లేఖల ద్వారా ప్రచారం చేశారు. ఇది ఉద్దేశపూర్వకంగా జరిగిందో లేదా అజ్ఞానం వల్లనో అతనిపై తప్పుడు ప్రచారం జరిగింది మరియు తప్పుగా అర్థం చేసుకున్నాడు. కానీ విప్లవకారులు తమ సూత్రాలు మరియు చర్యలపై ఇటువంటి విమర్శలకు భయపడరు. బదులుగా, వారు అలాంటి విమర్శలను స్వాగతించారు, ఎందుకంటే వారు అలా చేయడానికి ఒక సువర్ణావకాశంగా భావిస్తారు.

విప్లవకారుల యొక్క ప్రాథమిక సూత్రాలు మరియు ఉన్నత ఆదర్శాలను వారికి వివరించడానికి ఇది వారికి అవకాశాన్ని ఇస్తుంది, అవి వారి నిరంతర ప్రేరణ మరియు బలానికి మూలం. ఆశ యొక్క

ఈ కథనం ద్వారా సాధారణ ప్రజలకు విప్లవకారులు అంటే ఏమిటో తెలుసుకునే అవకాశం లభిస్తుందని మరియు వారిపై చేసిన తప్పుదోవ పట్టించే ప్రచారాల నుండి ఉత్పన్నమయ్యే అపోహల నుండి వారు రక్షించబడతారని ఆశిస్తున్నాము.

మొదట హింస మరియు అహింస అనే ప్రశ్నను పరిశీలిద్దాం. మా అభిప్రాయం ప్రకారం, ఈ పదాలను ఉపయోగించడం తప్పు, మరియు అలా చేయడం రెండు పార్టీలకు అన్యాయం చేస్తుంది, ఎందుకంటే ఈ పదాలు రెండు పార్టీల సూత్రాల గురించి స్పష్టమైన అవగాహన ఇవ్వవు. హింస అంటే అన్యాయానికి బలాన్ని ఉపయోగించడం, కానీ ఇది విప్లవకారుల లక్ష్యం కాదు, మరోవైపు, అహింస యొక్క సాధారణ అర్థం ఆధ్యాత్మిక బలం యొక్క సూత్రం. ఇది వ్యక్తిగత మరియు జాతీయ హక్కులను సాధించడానికి ఉపయోగించబడుతుంది. తనకు తానే బాధ కలిగించడం ద్వారా.. చివరికి ప్రత్యర్థి హృదయాన్ని మార్చడం సాధ్యమవుతుందని భావిస్తున్నారు.

విప్లవకారుడు కొన్ని విషయాలను తన హక్కులుగా అంగీకరించినప్పుడు, అతను వాటిని డిమాండ్ చేస్తాడు, తన డిమాండ్లకు అనుకూలంగా వాదనలు చేస్తాడు, తన ఆధ్యాత్మిక శక్తితో వాటిని సాధించాలని కోరుకుంటాడు మరియు వాటిని సాధించడానికి అపారమైన బాధను భరించాడు త్యాగం మరియు దానికి మద్దతుగా అతను తన శారీరక శక్తిని కూడా ఉపయోగిస్తాడు. మీరు ఈ ప్రయత్నాలను మీకు కావలసిన పేరుతో పిలవవచ్చు, కానీ మీరు వాటిని హింస అని పిలవలేరు, ఎందుకంటే అలా చేయడం డిక్షనరీలో ఇవ్వబడిన ఈ పదం యొక్క అర్థానికి అన్యాయం అవుతుంది. సత్యాగ్రహం అంటే సత్యం కోసం పట్టుబట్టడం. దాని అంగీకారం కోసం ఆధ్యాత్మిక శక్తిని మాత్రమే ఉపయోగించాలని ఎందుకు పట్టుబట్టారు? [ఎందుకు] దీనితో పాటు భౌతిక బలాన్ని కూడా ఉపయోగించకూడదు? ఒక విప్లవకారుడు స్వేచ్ఛను సాధించడానికి తన భౌతిక మరియు నైతిక శక్తిని రెండింటినీ ఉపయోగించాలని నమ్ముతాడు, కానీ నైతిక శక్తిని ఉపయోగించే వారు భౌతిక శక్తిని ఉపయోగించడం నిషేధించబడతారని భావిస్తారు. కాబట్టి, ఇప్పుడు మీకు హింస కావాలా లేదా అహింస కావాలా అనేది ప్రశ్న కాదు, కానీ మీరు మీ లక్ష్యాన్ని సాధించడానికి భౌతిక శక్తితో పాటు నైతిక శక్తిని ఉపయోగించాలనుకుంటున్నారా లేదా ఆధ్యాత్మిక శక్తిని మాత్రమే ఉపయోగించాలనుకుంటున్నారా?

విప్లవం ద్వారానే దేశానికి స్వాతంత్ర్యం లభిస్తుందని విప్లవకారులు విశ్వసిస్తారు. వారు ఏ విప్లవం కోసం ప్రయత్నిస్తున్నారో మరియు దాని రూపం స్పష్టంగా ఉంది అంటే, పరాయి పాలకులకు మరియు వారి తొత్తులకు వ్యతిరేకంగా

విప్లవకారుల సాయుధ పోరాటం జరగాలని మాత్రమే కాదు, ఈ సాయుధ పోరాటంతో పాటు, దీని అర్థం కూడా కొత్త సామాజిక వ్యవస్థకు తలుపులు తెరుస్తాయి. రివల్యూషన్ క్యాపిటలిజం, క్లాసిజం మరియు ప్రివిలేజ్ ఆఫ్ ఎ ఫ్యు

ఇచ్చే వ్యవస్థకు స్వస్తి పలుకుతా. ఇది జాతిని తన కాళ్ళపై నిలబెట్టేలా చేస్తుంది మరియు దాని నుండి కొత్త దేశం మరియు కొత్త సమాజం పుడుతుంది. విప్లవం నుండి జరిగే అతి పెద్ద విషయం ఏమిటంటే, కార్మికులు మరియు రైతుల రాజ్యాన్ని స్థాపించడం ద్వారా, అది దేశ రాజకీయ అధికారాన్ని ఆక్రమించే సామాజిక అవాంఛిత అంశాలన్నింటినీ నిర్మూలిస్తుంది.

నేటి యువ తరం మానసిక బానిసత్వం, మత సంప్రదాయవాద బంధాలకు బంధించబడి, దానిని పారద్రోలేందుకు యువ సమాజంలోని అశాంతిలో అభ్యుదయవాద బీజాలను విప్లవకారుడు చూస్తున్నాడు. యువకుడు మనస్తత్వ శాస్త్రాన్ని అలవరచుకోవడంతో, దేశ బానిసత్వం యొక్క చిత్రం అతనికి స్పష్టంగా కనిపిస్తుంది మరియు దేశాన్ని విముక్తి చేయాలనే అతని కోరిక బలంగా మారుతుంది. న్యాయం, కోపం మరియు ఆవేశంతో నిండిన యువకుడు అన్యాయం చేసిన వారిని చంపడం ప్రారంభించే వరకు ఈ క్రమం కొనసాగుతుంది. దేశంలో ఉగ్రవాదం పుట్టిందే ఇలా. ఉగ్రవాదం పూర్తి విప్లవం కాదు మరియు ఉగ్రవాదం లేకుండా విప్లవం కూడా పూర్తి కాదు. ఇది విప్లవంలో ముఖ్యమైన భాగం. చరిత్రలో ఏ విప్లవం వచ్చినా విశ్లేషించడం ద్వారా ఈ సిద్ధాంతం మద్దతు తెలుసుకోవచ్చు. తీవ్రవాదం తీవ్రవాది మనస్సులో భయాన్ని సృష్టిస్తుంది మరియు బాధిత ప్రజలలో ప్రతీకార భావాన్ని మేల్కొల్పడం ద్వారా అతనికి బలాన్ని ఇస్తుంది. ఇది అస్థిర భావోద్వేగాలతో ఉన్న వ్యక్తులకు ధైర్యాన్ని ఇస్తుంది మరియు వారిలో విశ్వాసాన్ని కలిగిస్తుంది. ఇది ప్రపంచం ముందు విప్లవం యొక్క నిజమైన ఉద్దేశ్యాన్ని వెల్లడిస్తుంది ఎందుకంటే ఇది ఇతర దేశాలలో జరుగుతున్నట్లుగానే, ఉగ్రవాదం భారతదేశంలో విప్లవం యొక్క రూపాన్ని తీసుకుంటుంది మరియు చివరికి మాత్రమే విప్లవం ద్వారా దేశానికి సామాజిక, రాజకీయ, ఆర్థిక స్వేచ్ఛ లభిస్తుంది.

కాబట్టి ఇవి విప్లవకారుడి సూత్రాలు, అతను నమ్మిన మరియు అతను దేశం కోసం సాధించాలనుకుంటున్నాడు. ఈ వాస్తవాన్ని సాధించడానికి అతను రహస్యంగా మరియు బహిరంగంగా ప్రయత్నాలు చేస్తున్నాడు. ఇలా ఒక శతాబ్ద కాలంగా ప్రపంచంలో ప్రజలకు, పాలక వర్గానికి మధ్య సాగుతున్న పోరాటం

లక్ష్యాన్ని చేరుకోవడానికి అదే అనుభవం మార్గదర్శకం. విప్లవకారుడు విశ్వసించే పద్ధతులు ఎప్పుడూ విఫలం కాలేదు.

ఇంతలో కాంగ్రెస్ ఏం చేస్తోంది? స్వరాజ్యం నుంచి సంపూర్ణ స్వాతంత్ర్యానికి తన లక్ష్యాన్ని మార్చుకున్నాడు. బ్రిటీష్ పాలనకు వ్యతిరేకంగా యుద్ధం ప్రకటించే బదులు, విప్లవకారులపై కాంగ్రెస్ యుద్ధం ప్రకటించింది అని ఈ ప్రకటన నుండి ఎవరైనా పొందగలిగే ఏకైక ముగింపు. ఈ విషయంలో కాంగ్రెస్ చేసిన మొదటి దాడి డిసెంబర్ 23, 1929న వైస్రాయ్ ప్రత్యేక రైలును పేల్చివేయడానికి చేసిన ప్రయత్నాన్ని ఖండించిన తీర్మానం. మరియు

తీర్మానం యొక్క ముసాయిదాను గాంధీజీ స్వయంగా తయారు చేశారు మరియు దానిని ఆమోదించడానికి గాంధీజీ తన శక్తినంతా ఉపయోగించారు. ఫలితంగా 1913 నాటి సభ్యత్వంలో కేవలం 31 ఓట్లతో ఆమోదం పొందగలిగారు. ఈ కొద్ది మెజారిటీలో కూడా రాజకీయ నిజాయితీ ఉందా? ఈ విషయంలో సరళాదేవి చౌదరాణి గారి అభిప్రాయాన్ని ఇక్కడ ఉటంకిద్దాం. ఆమె జీవితాంతం కాంగ్రెస్ భక్తురాలు. ఈ విషయమై అడిగిన ప్రశ్నకు సమాధానంగా ఆయన ఇలా అన్నారు - ఈ విషయంపై మహాత్మాగాంధీ అనుచరులతో నేను జరిపిన సంభాషణ నుండి, మహాత్మజీ పట్ల వ్యక్తిగత విధేయత కారణంగా వారు ఈ విషయంలో స్వతంత్ర అభిప్రాయాలను వ్యక్తం చేయలేకపోతున్నారని నేను తెలుసుకున్నాను. ఈ ప్రతిపాదన వ్యతిరేకంగా ఓటు వేయలేకపోయింది. మహాత్మా జీ ఎవరి మార్గదర్శకుడు. గాంధీజీ వాదన విషయానికొస్తే, మేము దానిని తరువాత పరిశీలిస్తాము. ఆయన చెప్పిన వాదనలు ఈ విషయంలో కాంగ్రెస్‌లో ఇచ్చిన ప్రసంగానికి ఎక్కువ లేదా తక్కువ విస్తరించిన సంస్కరణ.

ఈ విచారకరమైన ప్రతిపాదనలో మనం విస్మరించలేని ఒక ముఖ్యమైన విషయం ఉంది, అంటే కాంగ్రెస్ అహింస సిద్ధాంతాన్ని నమ్ముతుందని, గత పదేళ్లుగా దాని మద్దతుగా ప్రచారం చేస్తున్న విషయం తెలిసిందే. ఇంత జరిగినా, ప్రతిపాదనకు మద్దతుగా ప్రసంగాల్లో దుర్భాషలాడారు. విప్లవకారులను పిరికివాళ్లని, వారి చర్యలను జుగుప్సాకరంగా అభివర్ణించాడు. వక్తలలో ఒకరు బెదిరించారు మరియు వారు (సభ్యులు) గాంధీజీ నాయకత్వం కావాలనుకుంటే వారు ఈ తీర్మానాన్ని ఏకగ్రీవంగా ఆమోదించాలని అన్నారు. ఇంత జరిగినా ఈ ప్రతిపాదన చాలా తక్కువ ఓట్లతో ఆమోదం పొందింది. దేశ ప్రజలు విప్లవకారులకు తగిన సంఖ్యలో మద్దతు ఇస్తున్నారని ఇది నిస్సందేహంగా రుజువు చేస్తుంది. ఈ విధంగా,

గాంధీజీ ఈ ప్రశ్నపై వివాదం సృష్టించి, అహింసకు బాసటగా భావించే కాంగ్రెస్ పూర్తిగా కాకపోయినా, కొంత వరకు విప్లవాత్మకమైనదని ప్రపంచానికి చూపించినందుకు మా అభినందనలు అర్హుడు. కాంగ్రెస్ తో ఉంది.

ఈ విషయంలో గాంధీజీ సాధించిన విజయం ఓ రకమైన ఓటమితో సమానమని, ఇప్పుడు 'ది కల్ట్ ఆఫ్ ది బాంబ్' అనే వ్యాసం ద్వారా విప్లవకారులపై రెండో దాడికి దిగారు. ఈ విషయంలో ఇంకా ఏదైనా చెప్పే ముందు మేము ఈ కథనాన్ని జాగ్రత్తగా పరిశీలిస్తాము. ఈ వ్యాసంలో ఆయన మూడు విషయాలను ప్రస్తావించారు. వారి నమ్మకాలు, వారి ఆలోచనలు మరియు వారి అభిప్రాయాలు. మేము వారి విశ్వాసాన్ని విశ్లేషించము, ఎందుకంటే విశ్వాసంలో తర్కానికి స్థలం లేదు. గాంధీజీ హింసను ఏమని పిలిచారో మరియు దానికి వ్యతిరేకంగా ఆయన వ్యక్తం చేసిన హేతుబద్ధమైన అభిప్రాయాలను వరుసగా విశ్లేషిద్దాం.

భారతీయ ప్రజలలో అత్యధికులు హింసాత్మక స్ఫూర్తిని తాకలేదని మరియు అహింస వారి రాజకీయ ఆయుధంగా మారిందని గాంధీజీ తన విశ్వాసం సరైనదని భావిస్తున్నారు. తన ఇటీవలి దేశ పర్యటన అనుభవం ఆధారంగా ఈ నమ్మకం ఏర్పడింది, అయితే ఈ పర్యటనలో అతని అనుభవాన్ని అతను తప్పదారి పట్టించకూడదు. (కాంగ్రెస్) నాయకుడు తన పర్యటనలను పోస్ట్ రైలు హాయిగా తీసుకువెళ్లగలిగేంత వరకు మాత్రమే పరిమితం చేసుకుంటాడు, అయితే గాంధీజీ తన ప్రయాణ పరిధిని మోటారు కారులో వెళ్ళేంత వరకు విస్తరించాడు. ఈ ప్రయాణంలో ఆయన కేవలం ధనవంతుల నివాసాల్లో మాత్రమే బస చేశారు. ఈ ప్రయాణంలో ఎక్కువ సమయం ఆయన భక్తులు నిర్వహించే సెమినార్లలోనే గడిపేవారు. చదువుకోని ప్రజానీకానికి సభల్లో అప్పుడప్పుడు ఇచ్చే దర్శనాల్లో ఆయన ప్రశంసలు వ్యక్తమవుతున్నాయి, వీరిని గురించి ఆయన బాగా అర్థం చేసుకుంటారు, అయితే ఇది ఆయనకు సామాన్య ప్రజల భావజాలం తెలుసుననే వాదనకు విరుద్ధం.

ఒక వ్యక్తి కేవలం దర్శనం ఇవ్వడం మరియు వేదికలపై నుండి ప్రబోధించడం ద్వారా సామాన్య ప్రజల భావజాలాన్ని అర్థం చేసుకోలేరు. అతను వివిధ విషయాలపై తన అభిప్రాయాలను ప్రజల ముందు ప్రదర్శించినట్లు మాత్రమే చెప్పగలడు. ఈ సంవత్సరాల్లో గాంధీజీ ఎప్పుడైనా సామాన్య ప్రజల సామాజిక జీవితంలోకి ప్రవేశించడానికి ప్రయత్నించారా? సాయంత్రం ఊరి చౌపాల్ భోగి మంటల దగ్గర కూర్చొని రైతు ఆలోచనలు తెలుసుకునే ప్రయత్నం చేసాడా? మీరు

ఫ్యాక్టరీ కార్మికుడితో ఒక సాయంత్రం గడిపి అతని ఆలోచనలను అర్థం చేసుకోవడానికి ప్రయత్నించారా? కానీ మేము దీన్ని చేసాము కాబట్టి మేము సాధారణ ప్రజలకు తెలుసు అని చెప్పకుంటాము. సామాన్యుల ముందు అహింస మరియు శత్రువును ప్రేమించడం అనే ఆధ్యాత్మిక భావన గురించి సామాన్య భారతీయుడికి చాలా తక్కువ అవగాహన ఉందని మేము గాంధీజీకి హామీ ఇస్తున్నాము.

ఇది ప్రపంచ నియమం - మీకు స్నేహితుడు ఉన్నాడు, మీరు అతన్ని ప్రేమిస్తారు, కొన్నిసార్లు మీరు అతని కోసం మీ జీవితాన్ని కూడా వదులుకుంటారు. అతను మీ శత్రువు, అతనితో మీకు ఎలాంటి సంబంధం లేదు. విప్లవకారుల యొక్క ఈ సూత్రం ఖచ్చితంగా నిజం, సరళమైనది మరియు సూటిగా ఉంటుంది మరియు ఈ సంపూర్ణ సత్యం ఆడమ్ మరియు ఈవ్ కాలం నుండి ప్రబలంగా ఉంది మరియు దీనిని అర్థం చేసుకోవడంలో ఎవరికీ ఎటువంటి ఇబ్బంది లేదు. మా స్వంత అనుభవం ఆధారంగా చెబుతున్నాం. విప్లవ భావజాలానికి క్రియాశీల రూపం ఇచ్చేందుకు ప్రజలు వేలాదిగా తరలివచ్చే రోజు ఎంతో దూరంలో లేదు.

గాంధీజీ అహింసా శక్తి ద్వారా మరియు తనకు తానుగా బాధ కలిగించే పద్ధతి ద్వారా, ఏదో ఒక రోజు పరాయి పాలకుల హృదయాలను మార్చగలరని మరియు వారి హృదయాలను అంగీకరించగలరని ఆశిస్తున్నట్లు ప్రకటించారు

వారిని భావజాలానికి అనుచరులుగా తీర్చిదిద్దుతాం. ఇప్పుడు అతను తన సామాజిక జీవితంలోని ఈ అద్భుతాన్ని, ప్రేమ కోడ్‌ను ప్రచారం చేయడానికి తనను తాను అంకితం చేసుకున్నాడు. ఆయన అనుచరులు కొందరిలాగా అచంచలమైన విశ్వాసంతో బోధిస్తున్నాడు. అయితే భారతదేశంలో ఎంత మంది శత్రువులను వారు భారతదేశానికి స్నేహితులుగా మార్చగలిగారో చెప్పగలరా? ఎంతమంది ఓ'డ్వైర్లు, డయ్యర్లు, రీడింగ్‌లు మరియు ఇర్విన్‌లు భారతదేశానికి స్నేహితులను చేయగలరు? ఎవరూ అహింసా మార్గంలో ఇంగ్లండ్‌ను ఒప్పించి, భారతదేశానికి స్వాతంత్ర్యం ఇవ్వడానికి అంగీకరించకపోతే భారతదేశం అతని భావజాలానికి ఎలా అంగీకరిస్తుంది?

వైస్రాయ్ కారు కింద బాంబులు సరిగ్గా పేలినట్లయితే, రెండు విషయాలలో ఒకటి జరిగి ఉండేది: వైస్రాయ్ తీవ్రంగా గాయపడి చనిపోయి ఉండేవాడు. ఇలాంటి పరిస్థితుల్లో వైస్రార్, రాజకీయ పార్టీల నేతల మధ్య సంప్రదింపులు జరగకపోయి ఉంటే ఈ ప్రయత్నం ఆగిపోయేది. అది దేశానికి మేలు చేసేది.

కలకత్తా కాంగ్రెస్ సవాలు చేసినప్పటికీ, స్వయం పాలన కోసం వైస్రాయ్ ఇంటి చుట్టూ తిరుగుతున్న వారి తుచ్ఛమైన ప్రయత్నాలు విఫలమయ్యాయి. బాంబులు సరిగ్గా పేలినట్లయితే, భారతదేశ శత్రువుకు తగిన శిక్ష పడి ఉండేది. మీరట్ మరియు లాహోర్ కుట్రలను మరియు భూసావల్ కేసును విచారించిన వారు భారతదేశ శత్రువులకు మాత్రమే స్నేహితులుగా కనిపిస్తారు. గాంధీ, నెహ్రూల రాజకీయ మేధస్సు తర్వాతే సైమన్ కమిషన్‌పై సామూహిక వ్యతిరేకత కారణంగా దేశంలో ఏర్పడిన ఐక్యతను ఇర్విన్ విచ్ఛిన్నం చేయగలిగాడు. నేడు కాంగ్రెస్‌లో కూడా విభేదాలు వచ్చాయి. మన దురదృష్టానికి వైస్రాయ్ లేదా అతని సైకోఫాంట్లు తప్ప ఎవరు బాధ్యులు? ఇదిలావుండగా, మన దేశంలో ఆయనను భారతదేశ మిత్రుడు అని పిలిచే వారు ఉన్నారు.

దేశంలో కాంగ్రెస్ అంటే గౌరవం లేని, దాని నుంచి ఏమీ ఆశించని వ్యక్తులు ఉండరన్నారు. గాంధీజీ విప్లవకారులను ఆ వర్గంలో లెక్కిస్తే, వారికి అన్యాయం చేస్తున్నాడు. ప్రజల్లో చైతన్యం తీసుకురావడంలో కాంగ్రెస్ ముఖ్యమైన పని చేసిందని వారికి బాగా తెలుసు. వైస్రాయ్ రైలును పేల్చివేయడంలో నిఘా విభాగం ప్రమేయం గురించి మాట్లాడే సేన్ గుప్తా వంటి అద్భుతమైన ప్రతిభావంతులైన వ్యక్తులు మరియు అన్సారీ వంటి వ్యక్తులు కాంగ్రెస్‌లో ఉన్నంత వరకు ఇది సాధారణ ప్రజలలో స్వాతంత్ర్య స్ఫూర్తిని మేల్కొల్పింది. , రాజకీయాల గురించి పెద్దగా తెలియక, సరైన తర్కాన్ని విస్మరించి, అసంబద్ధ, హేతుబద్ధత లేని వాదనలు ఇస్తూ, బాంబులు పెట్టి ఏ దేశానికి స్వాతంత్ర్యం సాధించలేదని చెప్పుకునే వారు - కాంగ్రెస్ నిర్ణయాలపై ఇలాంటి ఆలోచనలు ఉన్నంత కాలం దేశానికి చాలా ఆశలు ఉండవు. దాని నుండి.

చేయవచ్చు. కాంగ్రెస్ ఉద్యమం అహింసతో ఈ వ్యామోహానికి స్వస్తి పలికి సంపూర్ణ స్వాతంత్ర్య సమిష్టి లక్ష్యం దిశగా విప్లవకారులతో భుజం భుజం కలిపి కదిలే రోజు కోసం విప్లవకారులు ఎదురుచూస్తున్నారు. గత 25 ఏళ్లుగా విప్లవకారులు ప్రతిపాదిస్తున్న ఈ సూత్రాన్ని ఈ ఏడాది కాంగ్రెస్ ఆమోదించింది. వచ్చే ఏడాది కూడా స్వాతంత్ర్యం సాధించే పద్ధతులకు మద్దతు ఇస్తుందని ఆశిద్దాం.

హింసను ప్రయోగించినప్పుడల్లా సైనిక వ్యయం పెరిగిందని గాంధీజీ ప్రతిపాదించారు. వారు అంటే గత 25 ఏళ్లలో విప్లవకారుల కార్యకలాపాలు అయితే, వారి ప్రకటనలను వాస్తవాలు మరియు గణాంకాలతో నిరూపించాలని మేము సవాలు చేస్తున్నాము. స్వాతంత్ర్య పోరాటంతో పోల్చలేని అహింస మరియు సత్యాగ్రహంతో ఆయన చేసిన ప్రయోగాలు బ్యూరోక్రాటిక్ ఎకానమీకి

దారితీశాయని మనం చెబుతాము. ఉద్యమాలు హింసాత్మకమైనా, అహింసాత్మకమైనా, విజయవంతమైనా, విఫలమైనా, భారత ఆర్థిక వ్యవస్థపై ఖచ్చితంగా పరిణామాలు ఉంటాయి. దేశంలో ప్రభుత్వం చేసిన వివిధ న్యాయ సంస్కరణల్లో గాంధీజీ మనల్ని ఎందుకు ఇన్వాల్వ్ చేశారో మనకు అర్థం కావడం లేదా? అతను మార్లెమింటో సంస్కరణలు, మాంటేగ్ సంస్కరణలు లేదా అలాంటి ఇతర సంస్కరణలను పట్టించుకోలేదు లేదా ఆందోళన చెందలేదు. బ్రిటీష్ ప్రభుత్వం ఈ ముక్కలను చట్టపరమైన ఆందోళనకారుల ముందు విసిరింది, తద్వారా వారు సరైన మార్గాన్ని అనుసరించకుండా మళ్లించవచ్చు. విప్లవకారులను పూర్తిగా నాశనం చేసే వారి విధానానికి సహకరిస్తానని బ్రిటిష్ ప్రభుత్వం అతనికి ఈ లంచం ఇచ్చింది. గాంధీజీ వారిని ఉద్దేశించి, వారు భారతదేశానికి బొమ్మలు వంటివారు, కాలానుగుణంగా హోమ్ రూల్, స్వపరిపాలన, బాధ్యతాయుతమైన ప్రభుత్వం, పూర్తి బాధ్యత గల ప్రభుత్వం, వలసరాజ్యాల స్వయం పాలన మొదలైన వివిధ చట్టబద్ధమైన పేర్లను ఉపయోగించే వారిని రంజింపజేయడానికి వారు బానిసత్వానికి చెందినవారు. , వారు డిమాండ్ చేస్తారు. విప్లవకారుల లక్ష్యం పాలనను సంస్కరించడం కాదు, వారు ఇప్పటికే స్వేచ్ఛా స్థాయిని పెంచారు మరియు అదే లక్ష్యాన్ని సాధించడానికి ఎటువంటి సంకోచం లేకుండా త్యాగాలు చేస్తున్నారు. ఆయన త్యాగాల వల్ల ప్రజల ఆలోచనా విధానంలో తీవ్ర మార్పు వచ్చిందని పేర్కొన్నారు. తన కృషితో దేశాన్ని స్వాతంత్య్ర బాటలో ఎంతో ముందుకు తీసుకెళ్లారని, రాజకీయ రంగంలో ఆయనతో విభేదాలున్న వారు కూడా దీన్ని అంగీకరిస్తున్నారు.

హింస ప్రగతి పథాన్ని అడ్డుకుంటుంది, స్వాతంత్ర్య దినాన్ని వాయిదా వేస్తుంది కాబట్టి హింసను ఆశ్రయించిన దేశాలు సామాజిక పురోగతిని సాధించి రాజకీయ స్వాతంత్య్రాన్ని సాధించాయని ఈ విషయంలో మనం చాలా ఉదాహరణలు చెప్పవచ్చు. రష్యా మరియు టర్కీయే ఉదాహరణలను తీసుకుందాం. ఇద్దరూ హింసాత్మక మార్గాల ద్వారా సాయుధ విప్లవం చేశారు.

ద్వారా అధికారాన్ని పొందారు. ఆ తర్వాత కూడా సామాజిక సంస్కరణల వల్ల అక్కడి ప్రజలు చాలా వేగంగా అభివృద్ధి చెందారు. కేవలం ఆఫ్ఘనిస్తాన్ ఉదాహరణతో రాజకీయ సూత్రం నిరూపించబడదు. ఇది కేవలం మినహాయింపు.

గాంధీజీ దృష్టిలో, 'సహకార నిరాకరణోద్యమ సమయంలో ఏర్పడిన ప్రజా మేల్కొలుపు అహింస ప్రబోధ ఫలితం', అయితే ఈ ఊహ తప్పు మరియు అహింసకు క్రెడిట్ ఇవ్వడం కూడా తప్పు, ఎందుకంటే అపారమైన ప్రజా మేల్కొలుపు ఉంది, ఇది చర్య కారణంగా నేరుగా ఉంది. ఉదాహరణకు, రష్యాలో ఒక శక్తివంతమైన ప్రజా

ఉద్యమం అక్కడి రైతులు మరియు కార్మికులలో మేల్కొలుపుకు దారితీసింది. వారికి ఎవరూ అహింసను బోధించలేదు, నిజానికి అహింస మరియు గాంధీజీ యొక్క రాజీ విధానం సామూహిక ఫ్రంట్ నినాదంతో ఐక్యమైన శక్తుల మధ్య చీలికకు దారితీసిందని మేము చెప్పేంత వరకు వెళ్తాము. రాజకీయ అన్యాయాన్ని అహింస అనే ఆయుధంతో పోరాడవచ్చని ప్రతిపాదించబడింది, కానీ సంక్షిప్తంగా ఇది ఒక ప్రత్యేకమైన ఆలోచన అని చెప్పవచ్చు, ఇది ఇంకా ఉపయోగించబడలేదు.

దక్షిణాఫ్రికాలో భారతీయులు కోరిన న్యాయమైన హక్కులను సాధించడంలో అహింసా ఆయుధం విఫలమైంది. అతను భారతదేశానికి స్వాతంత్ర్యం పొందడంలో కూడా విఫలమయ్యాడు, జాతీయ కాంగ్రెస్ వాలంటీర్ల యొక్క పెద్ద సైన్యం దాని కోసం ప్రయత్నిస్తూనే ఉంది మరియు దాని కోసం సుమారు 1.25 కోట్ల రూపాయలు ఖర్చు చేయబడ్డాయి. ఇటీవల బార్డోలీ సత్యాగ్రహంలో దాని వైఫల్యం రుజువైంది. ఈ సందర్భంగా సత్యాగ్రహ నాయకులు గాంధీ, పటేల్ లు బార్డోలీ రైతులకు హామీ ఇచ్చిన కనీస హక్కులు కూడా కల్పించలేకపోయారు. ఇది తప్ప దేశవ్యాప్త ఉద్యమం గురించి మనకు తెలియదు. ఇప్పటి వరకు ఈ అహింసకు లభించిన ఏకైక వరం వైఫల్యం. అటువంటి పరిస్థితిలో, దేశం మళ్లీ దానిని ఉపయోగించడానికి నిరాకరించడంలో ఆశ్చర్యం లేదు. నిజానికి, గాంధీజీ బోధించే రూపంలో సత్యాగ్రహం అనేది ఒక రకమైన ఉద్యమం, దాని సహజ ఫలితం రాజీ, ప్రత్యక్షంగా చూసినట్లుగా నిరసన. అందువల్ల, స్వేచ్ఛ మరియు బానిసత్వం మధ్య ఎటువంటి రాజీ ఉండదని మనం ఎంత త్వరగా అర్థం చేసుకుంటే అంత మంచిది.

మనం కొత్త శకంలోకి ప్రవేశిస్తున్నామని గాంధీజీ భావించారు. కానీ కాంగ్రెస్ రాజ్యాంగంలోని పదాలను మార్చడం ద్వారా కొత్త శకం ప్రారంభం కాదు, అంటే స్వరాజ్యాన్ని సంపూర్ణ స్వాతంత్ర్యం అని పిలుస్తారు. విశ్వవ్యాప్తంగా ఆమోదించబడిన విప్లవ సూత్రాల ఆధారంగా దేశవ్యాప్త ఉద్యమాన్ని ప్రారంభించాలని కాంగ్రెస్ నిర్ణయించే ఆ రోజు నిజంగా గొప్ప రోజు అవుతుంది. అంతవరకూ స్వాతంత్ర్య పతాకాన్ని ఎగురవేయడం విడ్డూరం. ఈ అంశంలో మేము సరళాదేవి చౌదరాణి

ఒక కరస్పాండెంట్‌కు రాసిన లేఖలో ఆయన వ్యక్తం చేసిన అభిప్రాయాలతో నేను ఏకీభవిస్తున్నాను. వారు అన్నాడు- డిసెంబర్ 31, 1929 అర్ధరాత్రి తర్వాత సరిగ్గా ఒక నిమిషం, స్వాతంత్ర్య పతాకం ఎగురవేయడం ఒక విచిత్రమైన దృగ్విషయం. ఆ సమయంలో GOC, అసిస్టెంట్ జి. ఓ. C. మరియు ఇతరులు

స్వాతంత్ర్య పతాకాన్ని ఎగురవేయాలన్న నిర్ణయం అర్ధాంతరంగా ముగిసిపోయిందని ప్రజలకు బాగా తెలుసు. వైస్రాయ్ లేదా స్టేట్ సెక్రటరీ అయితే రాత్రి వరకు బ్యాలెన్స్‌లో వేలాడుతోంది భారతదేశానికి వలస స్వాతంత్ర్యం లభించిందని సందేశం వచ్చినప్పుడు, రాత్రికి రాత్రే రాత్రి 11:59 గంటలకు కూడా పరిస్థితి మారవచ్చు. పూర్తి అని స్పష్టమైంది

స్వాతంత్ర్యం సాధించాలనే లక్ష్యం నాయకుల హృదయపూర్వక కోరిక కాదు, కానీ చిన్నపిల్లల మొండితనం వంటిది. ఉంది. ముందుగా భారత జాతీయ కాంగ్రెస్ స్వాతంత్ర్యం సాధించి ఉంటే బాగుండేది.అప్పుడు ఆమె దానిని ప్రకటిస్తుంది. ఇప్పుడు వలసవాద స్వరాజ్యానికి బదులు కాంగ్రెస్ అన్నది నిజంవక్తలు ప్రజల ముందు సంపూర్ణ స్వాతంత్ర్య ఢంకా మోగిస్తారు. అనే విషయాన్ని ఇప్పుడు ప్రజలకు చెబుతారు

ఒక వివాదానికి సిద్ధం కావాలి, దీనిలో ఒక వైపు పెట్టె మరియు మరొకటి ఉంటుందిఅంతగా కొట్టిన తర్వాత అతను చాలా నిరాశ చెందే వరకు మాత్రమే అతను వాటిని సహిస్తాడు లేవలేకపోయారా? దాన్ని పోరాటం అంటారా, దేశానికి స్వాతంత్ర్యం తెస్తుందా? చేయగలరా? ఏ దేశమైనా అత్యున్నత లక్ష్యాన్ని సాధించడమే లక్ష్యంగా పెట్టుకోవడం మంచిది,

కానీ ఈ లక్ష్యాన్ని చేరుకోవడానికి ఆ మార్గాలను ఉపయోగించడం కూడా అవసరం. సమర్థులు, ఇంతకు ముందు వాడుకున్న వాళ్లను వాడుకోవాలి, లేకుంటే లోకానికి బట్టబయలవుతారు. మనం హాస్యాస్పదంగా మారతామనే భయం అలాగే ఉంటుంది.

విస్మరించబడిన మన దేశభక్తుల హింసాత్మక చర్యల వల్ల కలిగే నష్టాన్ని వారు అర్థం చేసుకునేలా, విప్లవకారులకు సహకరించడం మానేసి, వారి చర్యలను ఖండించాలని గాంధీజీ ఆలోచనాపరులందరినీ కోరారు. నిర్లక్ష్యం చేయబడిన వ్యక్తులను మరియు పాత వాదనలకు మద్దతు ఇచ్చేవారిని పిలవడం ఎంత సులభమో, అదే విధంగా వారిని విమర్శించడం మరియు వారికి సహకరించవద్దని ప్రజలను కోరడం, దాని కారణంగా వారు తమ కార్యక్రమాన్ని విడిచిపెట్టి, వాయిదా వేయవలసి వస్తుంది, ముఖ్యంగా కష్టం. ప్రజలలో కొంత మంది ప్రభావవంతమైన వ్యక్తులకు నమ్మకంగా ఉండే వ్యక్తికి ఇవన్నీ చేయడం సులభం అవుతుంది. గాంధీజీ తన జీవితాంతం ప్రజా జీవితాన్ని అనుభవించారు, కానీ విప్లవకారుల మనస్తత్వశాస్త్రాన్ని అర్థం చేసుకోకపోవడం లేదా అర్థం చేసుకోవడానికి

ఇష్టపడకపోవడం చాలా బాధాకరమైన విషయం. ఆ సూత్రం అమూల్యమైనది, ఇది ప్రతి విప్లవకారుడికి ప్రియమైనది. తన అరచేతుల్లో తల పెట్టుకుని ఏ క్షణంలోనైనా ప్రాణత్యాగానికి సిద్ధమైనప్పుడు విప్లవకారుడిగా మారే వ్యక్తి ఆట కోసమే కాదు. అతను ఈ త్యాగం మరియు పరిత్యాగం చేయడు ఎందుకంటే ఎప్పుడు

ప్రజానీకం అతని పట్ల సానుభూతి చూపే స్థితిలో ఉంటే, వారు అతనిని ఆదరించాలి. అతను ఈ మార్గాన్ని అనుసరిస్తాడు, ఎందుకంటే అతని మనస్సాక్షి అతనిని అలా చేయడానికి ప్రేరేపిస్తుంది, అతని ఆత్మ అతనిని అలా చేయడానికి ప్రేరేపిస్తుంది.

విప్లవకారుడు అన్నింటికంటే తర్కాన్ని నమ్ముతాడు. అతను తర్కం మరియు కారణం మాత్రమే నమ్ముతాడు. ఏ రకమైన దుర్వినియోగం లేదా విమర్శలు, అది అత్యున్నత స్థాయిలో చేసినప్పటికీ, దాని ఖచ్చితమైన లక్ష్యాన్ని సాధించకుండా ఉండలేవు. తనకు ప్రజల మద్దతు లభించకపోయినా, తన పని మెచ్చుకోకపోయినా తన లక్ష్యాన్ని వదులుకుంటానని అనుకోవడం అవివేకం. చాలా మంది విప్లవకారులు, వారి చర్యలను చట్టపరమైన ఆందోళనకారులు తీవ్రంగా ఖండించారు, ఇప్పటికీ వాటిని విస్మరించారు మరియు ఉరితీయబడ్డారు. విప్లవకారులు తమ కార్యకలాపాలను నిలిపివేయాలని మీరు కోరుకుంటే, తర్కం ద్వారా వారితో మీ అభిప్రాయాన్ని నిరూపించుకోవడమే జరగాలి. ఇదొక్కటే మార్గం, మిగిలిన వాటి గురించి సందేహం లేదు. ఒక విప్లవకారుడు ఇలాంటి బెదిరింపుల వల్ల ఓటమిని ఎప్పటికీ అంగీకరించడు. ఈ యుద్ధంలో మాతో కలిసి పాల్గొనాలని ప్రతి దేశభక్తుడిని అభ్యర్థిస్తున్నాము. అహింస, ఇలాంటి వింత పద్ధతుల ద్వారా మానసిక ప్రయోగాలు చేస్తూ దేశ స్వాతంత్ర్యంతో ఏ వ్యక్తి ఆడుకోకూడదు. స్వాతంత్ర్యం జాతికి ప్రాణం. మన బానిసత్వం మనకు అవమానకరం, దాని నుండి విముక్తి పొంది స్వేచ్ఛ పొందే వివేకం మరియు ధైర్యం మనకు ఎప్పుడు లభిస్తాయో ఎవరికి తెలుసు? పరాయి దాస్యానికి, పరాయి జెండాలకు, రాజుల ముందు తలవంచకుండా నిలువరించే ఆత్మగౌరవం లేకపోతే మన ప్రాచీన నాగరికత, వైభవ వారసత్వం వల్ల ఏం ప్రయోజనం.

బ్రిటన్ భారతదేశాన్ని అనైతికంగా పాలించడం నేరం కాదా? మనల్ని బిచ్చగాళ్లను చేసి, మా రక్తమంతా పీల్చిందా? ఒక జాతిగా మరియు మానవత్వంగా, మేము ఘోరంగా అవమానించబడ్డాము మరియు దోపిడీకి గురయ్యాము. ఇప్పటికైనా మనం ఈ అవమానాన్ని మరచి బ్రిటిష్ పాలకులను క్షమించాలని

ప్రజలు కోరుకుంటున్నారా? ప్రతీకారం తీర్చుకుంటాం, ఇది పాలకుల నుండి ప్రజలు తీసుకున్న న్యాయమైన ప్రతీకారం అవుతుంది. పిరికివాళ్ళు తమ వెన్ను తిప్పి, రాజీ మరియు శాంతి ఆశతో అంటిపెట్టుకుని ఉండనివ్వండి. మేము ఎవరినీ దయ అడగము మరియు ఎవరినీ క్షమించము. విజయమో మరణమో నిర్ణయమయ్యే వరకు మన యుద్ధం కొనసాగుతుంది. విప్లవం చిరకాలం జీవించండి.

**కర్తార్ సింగ్**

అధ్యక్షుడు

81

# ఆలోచనల సానపై విప్లవ కత్తి పదును పెట్టింది. (జనవరి 1930)

*అసెంబ్లీ బాంబు ఘటనపై ఈ అప్పీలును భగత్ సింగ్ జనవరి 1930లో హైకోర్టులో చేశారు. ఈ అప్పీల్‌లోనే అతను ఈ ప్రసిద్ధ ప్రకటన చేసాడు: "పిస్టల్స్ మరియు బాంబులు విప్లవాన్ని తీసుకురావు, కానీ విప్లవం యొక్క కత్తి ఆలోచనల సానపై పదును పెట్టబడింది మరియు ఇది మేము వెల్లడించాలనుకుంటున్నాము."*

నా ప్రభూ, మేము లాయర్లు కాదు, ఇంగ్లీష్ నిపుణులు కాదు, మాకు డిగ్రీలు లేవు. అందువల్ల, అద్భుతమైన ప్రసంగాలు మన నుండి ఆశించకూడదు. మా ప్రకటనలో భాషాపరమైన తప్పులతో సంబంధం లేకుండా, దాని అసలు అర్థాన్ని అర్థం చేసుకునేందుకు కృషి చేయాలని మా అభ్యర్థన. మిగతా సమస్యలన్నింటినీ నా లాయర్లకే వదిలేసి, ఒక సమస్యపై నేనే నా అభిప్రాయాన్ని తెలియజేస్తాను. ఈ సందర్భంలో ఈ సమస్య చాలా ముఖ్యమైనది. సమస్య ఏమిటంటే మన ఉద్దేశాలు ఏమిటి మరియు మనం ఎంతవరకు దోషులం.

అసెంబ్లీలో మనం విసిరిన రెండు బాంబుల వల్ల ఏ వ్యక్తికి భౌతికంగాగానీ, ఆర్థికంగాగానీ ఎలాంటి నష్టం జరగలేదనేది ఆలోచించాల్సిన విషయం. ఈ దృక్కోణంలో, మనకు ఇచ్చిన శిక్ష అత్యంత కఠినమైనది మాత్రమే కాదు, ప్రతీకార స్ఫూర్తితో కూడా ఇవ్వబడుతుంది. మరో కోణం నుండి చూస్తే, నిందితుడి ఉద్దేశాలు తెలియకపోతే, అతని అసలు ఉద్దేశ్యం తెలియదు. లక్ష్యాన్ని పూర్తిగా మరచిపోతే, ఎవరికీ న్యాయం జరగదు, ఎందుకంటే లక్ష్యాన్ని దృష్టిలో ఉంచుకోకపోతే, ప్రపంచంలోని గొప్ప జనరల్స్ కూడా సాధారణ హంతకులుగా కనిపిస్తారు. ప్రభుత్వ పన్ను వసూలు చేసే అధికారులను దొంగలు, మోసగాళ్లుగా చూస్తారు మరియు న్యాయమూర్తులు కూడా హత్యకు గురవుతారు. ఈ విధంగా, సామాజిక వ్యవస్థ మరియు నాగరికత రక్తపాతం, దొంగతనం మరియు మోసంగా మారుతుంది. లక్ష్యాన్ని విస్మరిస్తే, సమాజంలోని ప్రజలను శిక్షించే హక్కు ఏ ప్రభుత్వానికైనా ఉంది?

న్యాయం చేయమని అడుగుతారా? లక్ష్యాన్ని విస్మరిస్తే, ప్రతి బోధకుడు అబద్ధాల బోధకుడిగా కనిపిస్తాడు మరియు ప్రతి ప్రవక్త లక్షలాది అమాయక మరియు అవగాహన లేని ప్రజలను తప్పదారి పట్టించాడని ఆరోపించారు. ఉద్దేశ్యాన్ని మరచిపోతే, యేసుక్రీస్తును ఇబ్బందులకు గురిచేసే వ్యక్తిగా, శాంతికి భంగం కలిగించే వ్యక్తిగా మరియు తిరుగుబాటును ప్రచారం చేసే వ్యక్తిగా కనిపిస్తాడు మరియు చట్టంలోని మాటలలో ప్రమాదకరమైన వ్యక్తిగా పరిగణించబడతాడు... ఇది జరిగితే, దానిని అంగీకరించాలి. మానవత్వం ఉంటుంది అని అమరవీరుల త్యాగం మరియు కృషి ఫలించలేదు మరియు ఇరవై శతాబ్దాల క్రితం మనం ఉన్న ప్రదేశంలో నేటికీ నిలబడి ఉన్నాము. చట్టం యొక్క కోణం నుండి, ప్రయోజనం యొక్క ప్రశ్నకు ప్రత్యేక ప్రాముఖ్యత ఉంది.

నా ప్రభూ, ఈ పరిస్థితిలో, ఈ నీచమైన కార్యకలాపాలను ఆశ్రయించే ప్రభుత్వానికి, వ్యక్తి యొక్క సహజ హక్కులను లాగేసుకునే ప్రభుత్వానికి మనుగడ సాగించే హక్కు లేదని నేను చెప్పనివ్వండి. ఇది ఇలాగే కొనసాగితే, ఇంకా వేల మంది అమాయకుల రక్తం దాని మెడపై పడటం ఖాయం. చట్టం ప్రయోజనం చూడకపోతే, న్యాయం మరియు శాశ్వత శాంతి ఉండదు. పిండిలో ఆర్సెనిక్ కలపడం నేరం కాదు, ఎలుకలను చంపడం దాని ఉద్దేశ్యం. కానీ ఒక వ్యక్తి దీని ద్వారా చంపబడితే, అప్పుడు హత్య నేరం చేయబడుతుంది. కాబట్టి, తర్కం ఆధారంగా లేని, న్యాయ సూత్రానికి విరుద్ధమైన ఇలాంటి చట్టాలను రద్దు చేయాలి. ఇలాంటి న్యాయ వ్యతిరేక చట్టాల వల్ల మహా మేధావులు తిరుగుబాటు చర్యలకు పాల్పడ్డారు.

మా కేసు వాస్తవాలు చాలా సులభం. ఏప్రిల్ 8, 1929 న, మేము సెంట్రల్ అసెంబ్లీలో రెండు బాంబులు విసిరాము. అతని పేలుడు కారణంగా కొంతమందికి చిన్నపాటి గీతలు పడ్డాయి. ఛాంబర్‌లో గందరగోళం, వందలాది మంది ప్రేక్షకులు మరియు సభ్యులు బయటకు వచ్చారు. కొంతసేపటి తర్వాత అక్కడ నిశ్శబ్దం నెలకొంది. నేను మరియు నా స్నేహితుడు బి.కె.దత్ ప్రేక్షకుల గ్యాలరీలో నిశ్శబ్దంగా కూర్చుని, మమ్మల్ని అరెస్టు చేయమని సమర్పించాము. మమ్మల్ని అరెస్టు చేశారు. మాపై అభియోగాలు మోపారు మరియు హత్యాయత్నానికి పాల్పడ్డారు.

కానీ బాంబుల వల్ల 4-5 మందికి స్వల్ప గాయాలయ్యాయి మరియు బెంచ్‌కు స్వల్ప నష్టం జరిగింది. ఈ నేరానికి పాల్పడిన వారు ఎలాంటి జోక్యం లేకుండా

అరెస్టుకు లొంగిపోయారు. ఒకవేళ పారిపోవాలనుకున్నా.. పారిపోయి విజయం సాధించగలిగామని సెషన్ జడ్జి అంగీకరించారు. మేము మా నేరాన్ని అంగీకరించాము మరియు మా వైఖరిని స్పష్టం చేయడానికి ఒక ప్రకటన ఇచ్చాము. మేము శిక్షకు భయపడము. కానీ మనం తప్పగా అర్థం చేసుకోకూడదనుకుంటున్నాం. మా ప్రకటన నుండి కొన్ని పేరాలు కత్తిరించబడ్డాయి, ఇది వాస్తవిక దృక్కోణం నుండి హానికరం.

మొత్తంగా మా ప్రకటనను అధ్యయనం చేస్తే, మన దృక్కోణంలో మన దేశం ఒక క్లిష్టమైన కాలం గుండా వెళుతోందని స్పష్టమవుతుంది. ఈ పరిస్థితిలో చాలా గట్టిగా వార్నింగ్ ఇవ్వాల్సిన అవసరం ఏర్పడి మా అభిప్రాయం మేరకు వార్నింగ్ ఇచ్చాం. మనం తప్పు చేసే అవకాశం ఉంది, మన ఆలోచనా విధానం న్యాయమూర్తి ఆలోచనా విధానానికి భిన్నంగా ఉండవచ్చు, కానీ దీని అర్థం మన అభిప్రాయాలను వ్యక్తీకరించడానికి అనుమతించకూడదని మరియు తప్పుడు విషయాలు మనతో ముడిపడి ఉండాలని కాదు.

'లాంగ్ లివ్ రివల్యూషన్ అండ్ డౌన్ విత్ ఇంపీరియలిజం' గురించి మా ప్రకటనలో మేము ఇచ్చిన వివరణ ఊదరగొట్టింది: ఇది మా లక్ష్యంలో ముఖ్యమైన భాగం అయినప్పటికీ. ఇంక్విలాబ్ జిందాబాద్‌తో మా ఉద్దేశ్యం సాధారణంగా తప్పగా అర్థం చేసుకునేది కాదు. పిస్టల్స్ మరియు బాంబులు విప్లవాన్ని తీసుకురావు, బదులుగా విప్లవం యొక్క కత్తి ఆలోచనల సానపై పదును పెట్టబడింది మరియు ఇదే మేము వెల్లడించాలనుకుంటున్నాము. పెట్టుబడిదారీ యుద్ధాల కష్టాలను అంతం చేయడమే మన విప్లవం యొక్క అర్థం. ప్రధాన లక్ష్యం మరియు దానిని సాధించే ప్రక్రియను అర్థం చేసుకోకుండా ఎవరికీ సంబంధించిన నిర్ణయాలు ఇవ్వడం సరికాదు. తప్పుడు విషయాలను మాతో ముడిపెట్టడం స్పష్టమైన అన్యాయం.

దీని గురించి హెచ్చరించడం చాలా ముఖ్యం. అశాంతి రోజురోజుకూ పెరుగుతోంది. సరైన చికిత్స అందించకపోతే, వ్యాధి ప్రమాదకరమైన రూపం తీసుకుంటుంది. దానిని ఏ మానవ శక్తి ఆపదు. ఇప్పుడు మేము ఈ తుఫాను దిశను మార్చడానికి ఈ చర్య తీసుకున్నాము. మేము చరిత్ర యొక్క తీవ్రమైన విద్యార్థులు. పాలక శక్తులు సరైన సమయంలో సరైన చర్య తీసుకున్నట్లయితే, ఫ్రాన్స్ మరియు రష్యాలలో రక్తపాత విప్లవాలు సంభవించేవి కాదని మేము నమ్ముతున్నాము. ఆలోచనల తుఫానును ఆపడానికి ప్రయత్నిస్తున్నప్పుడు ప్రపంచంలోని అనేక పెద్ద ప్రభుత్వాలు రక్తపాతంలో మునిగిపోయాయి.

అధికారంలో ఉన్న వ్యక్తులు పరిస్థితుల ప్రవాహాన్ని మార్చగలరు. మేము ముందుగా హెచ్చరించాలనుకుంటున్నాము. మనం కొంతమందిని చంపడానికి సిద్ధంగా ఉంటే, మన ప్రధాన లక్ష్యంలో మనం విఫలమవుతాము. నా ప్రభువులారా, ఈ ఉద్దేశ్యం మరియు లక్ష్యాన్ని దృష్టిలో ఉంచుకుని మేము చర్య తీసుకున్నాము మరియు ఈ చర్య యొక్క ఫలితాలు మా ప్రకటనకు మద్దతు ఇస్తున్నాయి. ఇంకో విషయం స్పష్టం చేయాల్సిన అవసరం ఉంది. బాంబుల శక్తి గురించి మనకు తెలియకపోతే, పండిట్ మోతీ లాల్ నెహ్రూ, శ్రీ కేల్కర్, శ్రీ జయకర్ మరియు శ్రీ జిన్నా వంటి గౌరవనీయులైన జాతీయ వ్యక్తుల సమక్షంలో మనం బాంబులు ఎందుకు విసిరేస్తాము? నాయకుల ప్రాణాలను ఎలా ప్రమాదంలో పడేస్తాం? మనం పిచ్చివాళ్లమా? మరియు మాకు పిచ్చి ఉంటే, జైలులో ఉంచడానికి బదులుగా, మమ్మల్ని మానసిక ఆశ్రమంలో ఉంచారు. బాంబులకు సంబంధించి మాకు ఖచ్చితమైన సమాచారం ఉంది.

అందుకే అంత ధైర్యం తెచ్చుకున్నాం. ప్రజలు కూర్చునే బెంచీలపై బాంబులు విసరడం చాలా తేలికైన పని, ఖాళీ ప్రదేశంలో బాంబులు వేయడం చాలా కష్టం. బాంబులు విసిరిన వారి మనసు సరిగా లేకుంటే లేదా కలవరపడి ఉంటే, బాంబులు ఖాళీ స్థలంలో కాకుండా బెంచీలపై పడి ఉండేవి. కాబట్టి ఖాళీ స్థలాన్ని ఎంపిక చేయడంలో మేము చూపిన ధైర్యానికి ప్రతిఫలం ఇవ్వాలి అని నేను అంటాను. ఈ పరిస్థితులలో, మై లార్డ్స్, మనం సరిగ్గా అర్థం చేసుకోలేదని మేము భావిస్తున్నాము. మేము శిక్షలు తగ్గించడానికి మీకు సేవ చేయడానికి రాలేదు, మా వైఖరిని స్పష్టం చేయడానికి. మాకు అన్యాయం జరగకూడదని లేదా మా గురించి అన్యాయమైన అభిప్రాయాలు ఉండకూడదని మేము కోరుకుంటున్నాము. శిక్ష అనే ప్రశ్న మనకు ద్వితీయమైనది

# లెనిన్ వర్ధంతి సందర్భంగా
# టెలిగ్రామ్ (జనవరి, 1930)

జనవరి 21, 1930న లాహోర్ కుట్ర కేసులో నిందితులందరూ ఎర్రటి రుమాలు ధరించి కోర్టుకు హాజరయ్యారు. మేజిస్ట్రేట్ తన సీటులో కూర్చున్నప్పుడు, వారు "సోషలిస్ట్ విప్లవం చిరకాలం జీవించండి", "కమ్యూనిస్ట్ ఇంటర్నేషనల్ లాంగ్ లివ్", "ప్రజలు చిరకాలం జీవించండి", "లెనిన్ పేరు చిరకాలం జీవించండి" మరియు "సామ్రాజ్యవాదానికి మరణం" అని నినాదాలు చేశారు. దీని తరువాత, భగత్ సింగ్ టెలిగ్రామ్‌లోని విషయాలను కోర్టులో చదివి, దానిని థర్డ్ ఇంటర్నేషనల్‌కు పంపమని మేజిస్ట్రేట్‌ను అభ్యర్థించాడు.

లెనిన్ దినోత్సవం సందర్భంగా, గొప్ప లెనిన్ ఆశయాలను ముందుకు తీసుకెళ్లడానికి ఏదైనా చేస్తున్న వారందరికీ మా హృదయపూర్వక శుభాకాంక్షలు తెలియజేస్తున్నాము. రష్యా చేస్తున్న గొప్ప ప్రయోగం విజయవంతం కావాలని కోరుకుంటున్నాం. శ్రామికవర్గం విజయం సాధిస్తుంది. పెట్టుబడిదారీ విధానం ఓడిపోతుంది. సామ్రాజ్యవాదానికి మరణం.

# తండ్రికి లేఖ
# (అక్టోబర్, 1930)

*సెప్టెంబరు 30, 1930న, భగత్ సింగ్ తండ్రి సర్దార్ కిషన్ సింగ్ ట్రిబ్యునల్‌లో తన డిఫెన్స్‌ను సమర్పించేందుకు అవకాశం ఇవ్వాలని కోరుతూ దరఖాస్తు దాఖలు చేశారు. సర్దార్ కిషన్ సింగ్ స్వయంగా దేశభక్తుడని, జాతీయోద్యమ సమయంలో జైలుకు వెళ్లేవారు. అతను మరియు మరికొందరు దేశభక్తులు బహుశా భగత్ సింగ్‌ను ఉరిశిక్ష నుండి రక్షణ కల్పించడం ద్వారా రక్షించవచ్చని విశ్వసించారు, అయితే భగత్ సింగ్ మరియు అతని సహచరులు పూర్తిగా భిన్నమైన విధానాన్ని అనుసరిస్తున్నారు. బ్రిటీష్ ప్రభుత్వం ప్రతీకార విధానాన్ని అనుసరిస్తోందని, న్యాయం కేవలం బూటకమని ఆయన అన్నారు. అతన్ని ఏ విధంగానూ శిక్షించకుండా నిరోధించలేము. ఈ విషయంలో బలహీనత ప్రదర్శిస్తే ప్రజా చైతన్యంలో చిగురించే విప్లవ బీజం సుస్థిరం కాదన్నారు. తన తండ్రి ఇచ్చిన పిటిషన్‌తో భగత్ సింగ్ మనోభావాలు కూడా దెబ్బతిన్నాయి, కానీ తన భావోద్వేగాలను నియంత్రించి, తన సూత్రాలను నొక్కి చెబుతూ, అతను అక్టోబర్ 4, 1930న ఈ లేఖ రాశాడు, అది తన తండ్రికి ఆలస్యంగా వచ్చింది. కేసు తీర్పు 1930 అక్టోబర్ 7న వెలువడింది.*

అక్టోబర్ 4, 1930

గౌరవనీయమైన తండ్రి,

మీరు నా డిఫెన్స్ కోసం స్పెషల్ ట్రిబ్యునల్‌కి దరఖాస్తు పంపారని తెలిసి ఆశ్చర్యపోయాను. ఈ వార్త చాలా బాధ కలిగించింది, నేను మౌనంగా భరించలేను. ఈ వార్త నా అంతర్గత శాంతికి భంగం కలిగించి, అలజడి సృష్టించింది. ప్రస్తుత పరిస్థితుల్లో మరియు ఈ విషయంలో మీరు ఎలాంటి దరఖాస్తు చేయవచ్చో నాకు అర్థం కాలేదు?

మీ కొడుకుగా, నేను మీ తల్లిదండ్రుల భావాలను మరియు కోరికలను పూర్తిగా గౌరవిస్తాను, కానీ మీరు నాతో సంప్రదించి ఉండవలసిందని నేను ఇప్పటికీ అర్థం చేసుకున్నాను

అది లేకుండా అటువంటి దరఖాస్తును సమర్పించే హక్కు లేదు. రాజకీయ రంగంలో నా అభిప్రాయాలు మీ అభిప్రాయాలకు భిన్నంగా ఉన్నాయని మీకు

తెలుసు. మీ అంగీకారం లేదా అసమ్మతిని పరిగణనలోకి తీసుకోకుండా నేను ఎల్లప్పుడూ స్వతంత్రంగా పని చేస్తున్నాను.

నేను నా కేసును తీవ్రంగా పోరాడాలని మరియు నా వాదనను సరిగ్గా సమర్పించాలని మీరు మొదటి నుంచీ నన్ను ఒప్పించేందుకు ప్రయత్నిస్తున్నారని నేను ఖచ్చితంగా అనుకుంటున్నాను, కానీ నేను దానిని ఎప్పుడూ వ్యతిరేకిస్తున్నానని కూడా మీకు తెలుసు. నేనెప్పుడూ నన్ను నేను రక్షించుకోవాలనే కోరికను వ్యక్తం చేయలేదు లేదా నేను దానిని ఎప్పుడూ తీవ్రంగా పరిశీలించలేదు.మేము ఒక నిర్దిష్ట విధానం ప్రకారం కేసుపై పోరాడుతున్నామని మీకు తెలుసు. నా భర్త

దశలు తప్పనిసరిగా ఈ విధానం, నా సూత్రాలు మరియు మా ప్రోగ్రామ్‌కు అనుగుణంగా ఉండాలి. నేడు పరిస్థితులు పూర్తి భిన్నంగా ఉన్నాయి. కానీ పరిస్థితులు మరోలా ఉన్నట్లయితే, నేను రక్షణను అందించే చివరి వ్యక్తిని అయ్యుండేవాడిని. ఈ మొత్తం కేసులో నాకు ఒకే ఒక్క ఆలోచన ఉంది మరియు మాపై తీవ్రమైన ఆరోపణలు వచ్చినప్పటికీ, ఈ విషయంలో మనం పూర్తిగా నిర్లక్ష్యంగా ప్రవర్తించాలి. రాజకీయ కార్యకర్తలందరూ ఇలాంటి పరిస్థితుల్లో ఉదాసీనత ప్రదర్శించాలని, వారికి ఎలాంటి కఠిన శిక్ష విధించినా చిరునవ్వుతో భరించాలని నా అభిప్రాయం. ఈ కేసు అంతటా మా ప్రణాళిక ఈ సూత్రానికి అనుగుణంగా ఉంది. అలా చేయడంలో మనం విజయం సాధించామా లేదా అని నిర్ణయించుకోవడం నా పని కాదు. స్వార్థం వదిలి మన పని మనం చేసుకుంటున్నాం. లాహోర్ కుట్ర కేసు ఆర్డినెన్స్ జారీ చేస్తూ వైస్రాయ్ ఇచ్చిన స్టేట్‌మెంట్‌లో, ఈ కుట్రలోని దోషులు శాంతిభద్రతలను నాశనం చేయడానికి ప్రయత్నిస్తున్నారని అన్నారు. దీని నుండి తలెత్తిన పరిస్థితి దీనిని ప్రజల ముందు ప్రదర్శించడానికి మాకు అవకాశం ఇచ్చింది, తద్వారా శాంతిభద్రతలను నాశనం చేసే ప్రయత్నాలు మనలా లేదా మన ప్రత్యర్థులారా అని వారు స్వయంగా చూడవచ్చు. ఈ విషయంలో భిన్నాభిప్రాయాలు ఉండవచ్చు. బహుశా మీరు కూడా ఈ విషయంలో భిన్నాభిప్రాయాలు ఉన్నవారిలో ఒకరు కావచ్చు, కానీ మీరు నన్ను సంప్రదించకుండా నా తరపున అలాంటి చర్యలు తీసుకోవాలని దీని అర్థం కాదు. నా జీవితం నువ్వు అనుకున్నంత విలువైనది కాదు. కనీసం నాకు ఈ ప్రాణం అంత విలువైనది కాదు, సూత్రాలను త్యాగం చేసి రక్షించాలి. నేను కాకుండా, నాకు ఇతర సహోద్యోగులు కూడా ఉన్నారు, వారి కేసులు నాలాగే తీవ్రంగా ఉన్నాయి. మేము ఉమ్మడి ప్రణాళికను ఆమోదించాము మరియు మేము చివరి వరకు ఆ ప్రణాళికకు కట్టుబడి ఉంటాము. వ్యక్తిగతంగా మాకు ఎంత ఖర్చయినా పట్టించుకోము.

నాన్న, నాకు చాలా బాధగా ఉంది. మిమ్మల్ని నిందించడం ద్వారా లేదా, మరీ ముఖ్యంగా, మీ చర్యలను విమర్శించడం ద్వారా, నేను మర్యాద యొక్క

పరిమితులను దాటవచ్చు మరియు నా మాటలు చాలా కఠినంగా మారవచ్చని నేను భయపడుతున్నాను. కానీ నేను ఖచ్చితంగా నా అభిప్రాయాలను స్పష్టమైన పదాలతో తెలియజేస్తాను. ఇంకెవరైనా నాతో ఇలా ప్రవర్తించి ఉంటే, నేను ద్రోహం కంటే తక్కువ కాదు అని భావించాను, కానీ మీ విషయంలో నేను బలహీనత అని మాత్రమే చెబుతాను - అత్యల్ప స్థాయి బలహీనత.

ఇది మనమందరం పరీక్షించబడుతున్న సమయం. ఈ పరీక్షలో మీరు ఫెయిలయ్యారని నేను చెప్పాలనుకుంటున్నాను. మీరు ఎవ్వరూ ఉండగలిగేంత దేశభక్తి అని నాకు తెలుసు. మీరు భారతదేశ స్వాతంత్ర్యం కోసం మీ మొత్తం జీవితాన్ని అంకితం చేశారని నాకు తెలుసు, కానీ ఈ కీలక సమయంలో మీరు అలాంటి బలహీనతను ప్రదర్శించారని నేను అర్థం చేసుకోలేకపోతున్నాను.చివరగా, నేను మీకు, మీ ఇతర స్నేహితులకు మరియు నా విషయంలో ఆసక్తి ఉన్నవారికి చెప్పాలనుకుంటున్నాను, మీ ఈ దశ నాకు ఇష్టం లేదు. ఈ రోజు కూడా నేను కోర్టులో ఎలాంటి డిఫెన్స్‌ను సమర్పించడానికి అనుకూలంగా లేను. మా సహోద్యోగులు కొందరు స్పష్టీకరణ కోసం సమర్పించిన దరఖాస్తును కోర్టు ఆమోదించినప్పటికీ, నేను ఎటువంటి స్పష్టీకరణను సమర్పించలేదు.

నిరాహారదీక్ష చేస్తున్న రోజుల్లో నేను ట్రిబ్యునల్‌కు సమర్పించిన దరఖాస్తును మరియు ఆ రోజుల్లో నేను ఇచ్చిన ఇంటర్వ్యూను తప్పుగా అర్థం చేసుకున్నారు మరియు నేను ఎల్లప్పుడూ వివరణలు సమర్పించాలనుకుంటున్నాను అని వార్తాపత్రికలలో ప్రచురించబడింది . ఆ కాలంలో నాకున్న నమ్మకాలే నేటికీ ఉన్నాయి.

బోస్టన్ జైలులో ఖైదు చేయబడిన నా స్నేహితులు దీనిని ద్రోహంగా మరియు నా ద్రోహంగా భావిస్తారు. నా స్థితిని అతనికి వివరించే అవకాశం కూడా నాకు లభించదు.ఈ విషయంలో తలెత్తిన చిక్కుల గురించి ప్రజలకు వాస్తవాలు తెలియజేయాలని నేను కోరుకుంటున్నాను. కావున ఈ లేఖను వీలైనంత త్వరగా ప్రచురించవలసిందిగా కోరుతున్నాను.

ఆపకా ఆజ్ఞాకారి,

**భగత్ సింగ్**

# విప్లవ కార్యక్రమం యొక్క ముసాయిదా (ఫిబ్రవరి, 1931)

*ఈ పత్రం యొక్క అనేక చిత్తుప్రతులు మరియు హిందీ అనువాదాలు, 'యువ రాజకీయ కార్యకర్తలకు లేఖలు' అనే శీర్షికతో అందుబాటులో ఉన్నాయి, ఇది దాని పూర్తి రూపం యొక్క ఆంగ్ల అనువాదం. 'సమాజానికి సందేశం' రూపంలో దాని సంక్షిప్త రూపం కూడా ఈ విభాగంలో సంకలనం చేయబడింది. దాని నుండి కొన్ని సారాంశాలు జూలై 29, 1931 నాటి లాహోర్ పీపుల్స్ సంచికలో మరియు మే 8, 1931 నాటి అలహాబాద్ అభ్యుదయ సంచికలో ప్రచురించబడ్డాయి. ఈ పత్రం బ్రిటిష్ ప్రభుత్వ రహస్య పుస్తకం, నోట్స్ ఆన్ ది ప్రోగ్రెస్ ఆఫ్ 'బెంగాల్‌లో యునైటెడ్ ఫ్రంట్ మూవ్‌మెంట్' నుండి పొందబడింది, దీనిని C.I.D రచించారు. అధికారి CES ఫెయిర్‌వెదర్ మరియు అతను 1936లో వ్రాసాడు. అతని ప్రకారం, ఈ వ్యాసం భగత్ సింగ్చే వ్రాయబడింది మరియు అక్టోబర్ 3, 1931 న శ్రీమతి విమలా ప్రభాదేవి ఇంటి నుండి సోదాలు నిర్వహించబడ్డాయి. భగత్ సింగ్ ఉరి తీయడానికి దాదాపు ఒకటిన్నర నుండి రెండు నెలల ముందు, బహుశా ఫిబ్రవరి 2, 1931న జైలు నుండి ఈ లేఖ/వ్యాసాన్ని రాశాడు.*

## యువ రాజకీయ కార్యకర్తలకు లేఖలు

ప్రియమైన మిత్రులారా,

ప్రస్తుతం మన ఉద్యమం చాలా ముఖ్యమైన దశను దాటుతోంది. ఒక సంవత్సరం పాటు సుదీర్ఘ పోరాటం తర్వాత, రౌండ్ టేబుల్ సమావేశం రాజ్యాంగ సంస్కరణలకు సంబంధించి కొన్ని అంశాలను మన ముందుంచింది మరియు ప్రస్తుత పరిస్థితుల్లో తమ ఉద్యమాన్ని ఉపసంహరించుకుని కాంగ్రెస్ నాయకులు దీనికి సహకరించాలని కోరారు. ఉద్యమాన్ని అంతం చేయాలా వద్దా అన్నది మాకు ముఖ్యం కాదు. ప్రస్తుత ఉద్యమం ఏదో ఒక రాజీతో ముగియడం ఖాయం. ఒప్పందం ముందుగానే జరిగిందా లేదా ఆలస్యంగా జరిగిందా అనేది వేరే విషయం. నిజానికి రాజీ అనేది చెడ్డది లేదా అసహ్యకరమైనది.

కాదు, తరచుగా అర్థం. రాజకీయ పోరాటాలలో ఇది ముఖ్యమైన వాటా. నిరంకుశ పాలకులకు వ్యతిరేకంగా ఏ దేశమైనా ఉద్యమించినా మొదట్లో విఫలమవక తప్పదు. పోరాటం మధ్యలో అది రాజీ ద్వారా కొన్ని అర్ధ-హృదయ సంస్కరణలను సాధిస్తుంది మరియు చివరి దశలో మాత్రమే - అన్ని శక్తులు మరియు సాధనాలు పూర్తిగా సమీకరించబడినప్పుడు - పాలక వర్గాన్ని నాశనం చేయడానికి చివరి శక్తివంతమైన దాడిని ప్రారంభించవచ్చు. కానీ అప్పుడు కూడా వైఫల్యం సంభవించవచ్చు మరియు ఒక రకమైన రాజీ అవసరం కావచ్చు. రష్యా ఉదాహరణ ద్వారా ఇది స్పష్టంగా వివరించబడుతుంది. 1905లో రష్యాలో విప్లవ ఉద్యమం ప్రారంభమైనప్పుడు, రాజకీయ నాయకులకు గొప్ప అంచనాలు ఉండేవి. లెనిన్ ఆ తర్వాత విదేశాల నుంచి తిరిగి వచ్చి అక్కడ ఆశ్రయం పొంది పోరాటానికి నాయకత్వం వహిస్తున్నాడు. డజన్ల కొద్దీ జాగీర్దార్లు చంపబడ్డారని మరియు అనేక రాజభవనాలు తగులబెట్టబడ్డాయని చెప్పడానికి ప్రజలు వచ్చారు. లెనిన్ వారు తిరిగి వచ్చి 1200 మంది సామంతులను చంపి, అదే సంఖ్యలో రాజభవనాలు మరియు భవనాలను తగలబెట్టాలి, ఎందుకంటే వారు విఫలమైనప్పటికీ, అది ఏదో అర్థం అవుతుంది. డూమా (రష్యన్ పార్లమెంట్) స్థాపించబడింది. ఇప్పుడు లెనిన్ డూమాలో పాల్గొనడాన్ని సమర్థించారు. ఇది 1907లో జరిగింది, అయితే 1906లో అతను మొదటి డూమాలో పాల్గొనడానికి వ్యతిరేకంగా ఉన్నాడు, ఆ డూమాలో పని చేయడానికి ఎక్కువ అవకాశాలు ఉన్నప్పటికీ మరియు ఈ డూమా అధికారాలు చాలా పరిమితంగా ఉన్నాయి. మారిన పరిస్థితుల కారణంగా ఆ నిర్ణయం తీసుకున్నారు. ఇప్పుడు తిరోగమన శక్తులు పెరుగుతున్నాయి మరియు సోషలిస్టు ఆలోచనలను చర్చించడానికి లెనిన్ డూమా వేదికను ఉపయోగించాలనుకున్నాడు.

మళ్ళీ, 1917 విప్లవం తరువాత, బోల్షెవిక్‌లు బ్రెస్ట్-లిటోవ్స్క్ ఒప్పందంపై సంతకం చేయవలసి వచ్చినప్పుడు, లెనిన్ మినహా అందరూ వ్యతిరేకించారు. కానీ లెనిన్, “మళ్లీ శాంతి, శాంతి మరియు శాంతి! ఎట్టిపరిస్థితుల్లోనూ శాంతి నెలకొనాలి.” కొంతమంది బోల్షెవిక్ వ్యతిరేకులు ఈ ఒడంబడిక కోసం లెనిన్‌ను విమర్శించినప్పుడు, "బోల్షెవిక్‌లు జర్మన్ దాడిని తట్టుకోలేరు, అందుకే సంపూర్ణ విధ్వంసం కంటే ఒప్పందానికి ప్రాధాన్యత ఇవ్వబడుతుంది" అని అతను స్పష్టంగా పేర్కొన్నాడు. నేను స్పష్టం చేయదలిచినది ఏమిటంటే, రాజీ అనేది ఒక ముఖ్యమైన సాధనం, ఇది పోరాటం అభివృద్ధి చెందుతున్నప్పుడు ఉపయోగించడం అవసరం,

కానీ ఎల్లప్పుడూ గుర్తుంచుకోవలసినది ఉద్యమం యొక్క లక్ష్యం. మనం సాధించడానికి కష్టపడుతున్న లక్ష్యాల గురించి ఖచ్చితంగా స్పష్టంగా ఉండాలి. ఇది మా ఉద్యమం యొక్క విజయాలు, విజయాలు మరియు వైఫల్యాలను అంచనా వేయడంలో మరియు తదుపరి కార్యక్రమాన్ని రూపొందించడంలో మరియు నిర్ణయించడంలో మాకు సహాయపడుతుంది. తిలక్ విధానం-ఆయన లక్ష్యాలు

అయినప్పటికీ - అంటే, అతని మాయలు చాలా బాగున్నాయి. మీరు మీ శత్రువు నుండి పదహారు అణాలను పొందాలని పోరాడుతున్నారు. మీకు ఒక అన్నం లభిస్తుంది, దానిని మీ జేబులో పెట్టుకోండి మరియు మిగిలిన వాటి కోసం కష్టపడటం కొనసాగించండి. నర్మాదాల ప్రజల్లో లేని లోటు మనం చూస్తున్నది వారి ఆదర్శం. వారు దేని కోసం పోరాడుతారు మరియు వారు ఏమీ పొందలేరు. విప్లవకారులు సమూలమైన మార్పు తెచ్చే విప్లవం కోసం పోరాడుతున్నామని ఎప్పుడూ గుర్తుంచుకోవాలి. అధికార పగ్గాలను పూర్తిగా తమ చేతుల్లోకి తీసుకోవాలి. ఒప్పందం తర్వాత విప్లవ శక్తులను నిర్మూలించడానికి తిరోగమన శక్తులు ప్రయత్నిస్తాయి, అయితే వివేకవంతులు మరియు ధైర్యవంతులైన విప్లవ నాయకులు ఉద్యమాన్ని అటువంటి చిక్కుల్లో పడకుండా కాపాడగలరు. అటువంటి సమయంలో మరియు అటువంటి తరుణంలో, నిజమైన సమస్యలతో మరియు ముఖ్యంగా లక్ష్యాలతో తప్ప జరగడానికి మనం అనుమతించకూడదు. ఇంగ్లండ్ లేబర్ పార్టీ నిజమైన పోరాటానికి ద్రోహం చేసింది మరియు వారు (దాని నాయకులు) కేవలం కుటిల సామ్రాజ్యవాదులుగా మారారు.

నా దృష్టిలో ఈ రంగులద్దిన సామ్రాజ్యవాద కార్మిక నాయకుల కంటే కరడుగట్టిన ప్రతిఘటనవాదులు మనకు మేలు. వ్యూహాలు మరియు వ్యూహాలకు సంబంధించి లెనిన్ జీవితం మరియు రచనలను మనం పరిగణించాలి. రాజీ విషయంలో ఆయన స్పష్టమైన అభిప్రాయాలు 'లెఫ్టిస్ట్ కమ్యూనిజం'లో ఉన్నాయి.

## కాంగ్రెస్ లక్ష్యం ఏమిటి?

ప్రస్తుత ఉద్యమం కొంత రాజీ లేదా పూర్తిగా వైఫల్యానికి దారితీసిందని నేను చెప్పాను    ముగుస్తుంది.ఈ సమయంలో క్షేత్రంలో నిజమైన విప్లవ శక్తులు లేవని నా అభిప్రాయం కాబట్టి ఇలా చెప్పాను. మధ్యతరగతి దుకాణదారులు, కొద్దిమంది పెట్టుబడిదారుల బలంతో ఈ పోరాటం సాగుతోంది. ఈ రెండు వర్గాలు, ముఖ్యంగా పెట్టుబడిదారులు తమ ఆస్తిని లేదా యాజమాన్యాన్ని ప్రమాదంలో

పడేసే సాహసం చేయలేరు. నిజమైన విప్లవ శక్తులు గ్రామాలు మరియు ఫ్యాక్టరీలలో ఉన్నాయి - రైతులు మరియు కార్మికులు. కానీ మన 'బూర్జువా' నాయకులకు వారిని వెంట తీసుకెళ్లే ధైర్యం లేదు, అంత ధైర్యం కూడా చేయలేరు. ఒక్కసారి గాఢనిద్ర నుంచి నిద్ర లేచిన ఈ సింహాలు మన నాయకుల లక్ష్యాలు నెరవేరిన తర్వాత కూడా ఆగడం లేదు. 1920లో అహ్మదాబాద్ కార్మికులతో తన మొదటి అనుభవం తర్వాత, మహాత్మా గాంధీ ఇలా అన్నారు, “మేము కార్మికులతో కుమ్మక్కవకూడదు. ఫ్యాక్టరీ శ్రామికవర్గాన్ని రాజకీయ ప్రయోజనాల కోసం ఉపయోగించడం ప్రమాదకరం. (మే, 1921 'ది టైమ్స్' నుండి). అప్పటి నుంచి ఈ క్లాస్‌ని చేర్చడానికి అతను కష్టపడలేదు. రైతులదీ అదే పరిస్థితి. 1922

పరాయి దేశాధిపత్యం నుండి స్వాతంత్ర్యం సాధించడమే కాకుండా స్వదేశీ భూస్వాముల సంకెళ్లను కూడా తెంచుకోవాల్సిన రైతు వర్గం తిరుగుబాటును చూసినప్పుడు నాయకులు ఎంతటి ప్రమాదంలో పడ్డారో బార్డోలీ-సత్యాగ్రహం స్పష్టం చేస్తోంది.

మన నాయకులు రైతుల ముందు తలవంచకుండా బ్రిటిష్ వారి ముందు మోకరిల్లడానికి ఇష్టపడటానికి ఇదే కారణం. పండిట్ జవహర్‌లాల్‌ను పక్కన పెడితే, కార్మికులను లేదా రైతులను సంఘటితం చేయడానికి ప్రయత్నించిన నాయకుడి పేరు చెప్పగలరా? లేదు, వారు రిస్క్ తీసుకోరు. వారికి లేని లోటు ఇదే, అందుకే వారికి పూర్తి స్వేచ్ఛ అక్కర్లేదని నేను అంటున్నాను. ఆర్థిక మరియు పరిపాలనాపరమైన ఒత్తిడిని అమలు చేయడం ద్వారా వారు మరికొన్ని సంస్కరణలను సాధించాలనుకుంటున్నారు, అంటే భారత పెట్టుబడిదారులకు మరికొన్ని రాయితీలు. అందుకే ఈ ఉద్యమం ఖచ్చితంగా మునిగిపోతుందని నేను చెప్తున్నాను - బహుశా కొంత రాజీ లేదా అలాంటిదేమీ లేకుండా. హృదయపూర్వకంగా 'ఇంక్విలాబ్ జిందాబాద్' అంటూ నినాదాలు చేసే యువ కార్యకర్తలు పూర్తిగా సంఘటితమై తమ ఉద్యమాన్ని ముందుకు తీసుకెళ్లే శక్తి లేరు. నిజానికి, పండిట్ మోతీలాల్ నెహ్రూ తప్ప, మన పెద్ద నాయకులు ఏ బాధ్యత తీసుకోరు. ప్రతిసారీ గాంధీ ముందు బేషరతుగా మోకరిల్లడానికి కారణం ఇదే. వారికి భిన్నాభిప్రాయాలు ఉన్నప్పటికీ, వారు దానిని తీవ్రంగా వ్యతిరేకించరు మరియు గాంధీ కారణంగా ప్రతిపాదనలు ఆమోదించబడ్డాయి.

ఇలాంటి పరిస్థితుల్లో విప్లవోద్యమం పట్ల గంభీరంగా ఉన్న యువ శ్రామికులకు కష్టకాలం రాబోతోందని, అప్రమత్తంగా ఉండాలని, ధైర్యం కోల్పోవద్దని, చిక్కుల్లో

చిక్కుకోవద్దని హెచ్చరిస్తున్నాను. 'మహా గాంధీ' రెండు పోరాటాల అనుభవాల తర్వాత, నేటి పరిస్థితి మరియు భవిష్యత్తు కార్యక్రమం గురించి మనం స్పష్టమైన అభిప్రాయాన్ని ఏర్పరచుకోవచ్చు. ఇప్పుడు నేను ఈ కేసును చాలా సులభమైన పద్ధతిలో వివరిస్తాను. మీరు 'ఇంక్విలాబ్-జిందాబాద్' నినాదాన్ని లేవనెత్తారు. దీని అర్థం ఏమిటో మీరు అర్థం చేసుకున్నారని నేను అనుకుంటున్నాను. అసెంబ్లీ బాంబ్ కేసులో ఇచ్చిన మా నిర్వచనం ప్రకారం, విప్లవం అంటే ప్రస్తుతం ఉన్న సామాజిక నిర్మాణంలో పూర్తి మార్పు మరియు సోషలిజం స్థాపన. ఈ లక్ష్యం వైపు మన మొదటి అడుగు బలాన్ని పొందడం. వాస్తవానికి, 'రాష్ట్రం', అంటే ప్రభుత్వ యంత్రాంగం, పాలకవర్గం తన ప్రయోజనాలను కాపాడుకోవడానికి మరియు ముందుకు తీసుకెళ్లడానికి చేతిలో ఒక సాధనం మాత్రమే. మేము ఈ పరికరాన్ని లాక్కొని మా ఆదర్శాలను నెరవేర్చడానికి ఉపయోగించాలనుకుంటున్నాము. మన ఆదర్శం కొత్త మార్గంలో అంటే మార్క్సిస్ట్ మార్గంలో సామాజిక నిర్మాణం. ఇందుకోసం ప్రభుత్వ యంత్రాంగాన్ని వినియోగించుకోవాలన్నారు. మన సామాజిక కార్యక్రమాల నెరవేర్పుకు అనుకూలమైన మరియు అనుకూలమైన వాతావరణాన్ని సృష్టించేందుకు మనం నిరంతరం ప్రజలకు అవగాహన కల్పించాలి. సంఘర్షణల సమయంలో మాత్రమే వారికి మంచి శిక్షణ మరియు విద్యను అందించగలము. ఈ విషయాలపై స్పష్టత వచ్చిన తర్వాత, అంటే, మన తక్షణ మరియు అంతిమ లక్ష్యాన్ని స్పష్టంగా అర్థం చేసుకున్న తర్వాత, మనం నేటి పరిస్థితిని విశ్లేషించవచ్చు. ఏదైనా పరిస్థితిని విశ్లేషించేటప్పుడు మనం ఎల్లప్పుడూ పూర్తిగా నిర్లిప్తంగా, నిర్లిప్తంగా లేదా ఆచరణాత్మకంగా ఉండాలి. భారత ప్రభుత్వంలో భారతీయుల వాటా గురించి గందరగోళం ఏర్పడినప్పుడు, మింటో-మార్లే సంస్కరణలు అమలు చేయబడ్డాయి, దీని ద్వారా వైస్రాయ్ కౌన్సిల్ కేవలం సలహా ఇచ్చే హక్కుతో సృష్టించబడింది.

ప్రపంచ యుద్ధం సమయంలో, భారతదేశం సహాయం చాలా అవసరమైనప్పుడు, స్వయం పాలనా ప్రభుత్వం వాగ్దానం చేయబడింది మరియు ఇప్పటికే ఉన్న సంస్కరణలు అమలు చేయబడ్డాయి. అసెంబ్లీకి కొంత పరిమిత చట్టాన్ని రూపొందించే అధికారం ఇవ్వబడింది, కానీ ప్రతిదీ వైస్రాయ్ యొక్క ఆనందం మీద ఆధారపడి ఉంటుంది. ఇప్పుడు అది మూడో దశ.

ఇప్పుడు సంస్కరణలు పరిగణించబడుతున్నాయి మరియు అవి సమీప భవిష్యత్తులో అమలు చేయబడతాయి. ఇప్పుడు యువత వారిని ఎలా

పరీక్షించగలరు? ఇది ఒక ప్రశ్న. కాంగ్రెస్ నేతలు ఎలా తీర్పు ఇస్తారో తెలియడం లేదు. కానీ మేము విప్లవకారులను ఈ క్రింది ప్రమాణాల ఆధారంగా నిర్ణయిస్తాము-

1. భారతీయులకు పాలనా బాధ్యత ఎంత వరకు అప్పగించబడింది?
2. ప్రభుత్వాన్ని నడపడానికి ఎలాంటి ప్రభుత్వం ఏర్పడుతుంది మరియు సాధారణ ప్రజలకు అందులో పాల్గొనే అవకాశం ఎంత వరకు లభిస్తుంది?
3. భవిష్యత్తులో అవకాశాలు ఏమిటి మరియు ఈ విజయాలు ఎలా సంరక్షించబడతాయి?

దీనికి బహుశా మరికొంత వివరణ అవసరం. కార్యనిర్వాహక వ్యవస్థపై మన ప్రజాప్రతినిధులు ఎంత అధికారాన్ని, బాధ్యతను పొందుతారనేది మొదటి విషయం. ఇప్పటి వరకు ఎగ్జిక్యూటివ్‌ని శాసనసభకు జవాబుదారీగా చేయలేదు. వైస్రాయ్‌కు వీటో అధికారం ఉంది, దీని కారణంగా ఎన్నికైన ప్రతినిధుల ప్రయత్నాలన్నీ తటస్థీకరించబడతాయి మరియు నిలిచిపోతాయి.

స్వరాజ్య పార్టీకి మేము కృతజ్ఞులం, ఎవరి ప్రయత్నాల వల్ల వైస్రాయ్ ఈ అధికారాన్ని సిగ్గు లేకుండా పదే పదే ఉపయోగించారు మరియు జాతీయ ప్రతినిధుల గౌరవప్రదమైన నిర్ణయాలను తుంగలో తొక్కి ఉన్నారు. ఇది పూర్తిగా స్పష్టంగా ఉంది మరియు తదుపరి చర్చ అవసరం లేదు.

కార్యనిర్వాహక స్థాపన పద్ధతిని మొదట పరిశీలిద్దాం? ఎగ్జిక్యూటివ్‌ను అసెంబ్లీలో ఎన్నికైన సభ్యులు ఎన్నుకుంటారా లేదా మునుపటిలా పై నుండి విధిస్తారా? ఏమిటి అసెంబ్లీకి జవాబుదారీగా ఉంటుందా లేక మునుపటిలా అసెంబ్లీని అవమానిస్తారా? రెండవ అంశానికి సంబంధించినంతవరకు, పెద్దల ఫ్రాంచైజ్ అవకాశం నుండి మనం చూడవచ్చు. ఆస్తి కలిగి ఉండాలనే నిబంధనను పూర్తిగా రద్దు చేసి విస్తృతంగా ఓటింగ్ హక్కులు కల్పించాలి. ప్రతి వయోజన పురుషుడు మరియు స్త్రీ ఓటు హక్కు కలిగి ఉండాలి. ఇప్పుడు ఓటింగ్ హక్కులు ఏ మేరకు ఇస్తారో చూడాలి.

వ్యవస్థ విషయానికొస్తే.. ప్రస్తుతం రెండు ఇళ్లతో కూడిన ప్రభుత్వం ఉంది. నా అభిప్రాయం ప్రకారం, ఎగువ సభ ఒక బూర్జువా భ్రమ లేదా భ్రమ తప్ప మరొకటి కాదు. నా అభిప్రాయం ప్రకారం, ఊహించినంత వరకు, ఒకే సభతో కూడిన ప్రభుత్వం మంచిది. ఇక్కడ నేను ప్రాంతీయ స్వయంప్రతిపత్తి గురించి చెప్పాలనుకుంటున్నాను. నేను విన్నదాని ప్రకారం, అసెంబ్లీపై ప్రత్యేక అధికారాలను

కలిగి ఉండే విధించబడిన గవర్నర్ నియంత కంటే తక్కువ కాదని నిరూపించగలడు. దీనిని ప్రాంతీయ స్వయంప్రతిపత్తి అని పిలవకుండా ప్రాంతీయ దౌర్జన్యం అని పిలుద్దాం. ఇది ప్రభుత్వ సంస్థల విచిత్రమైన ప్రజాస్వామ్యం.

మూడవ విషయం చాలా స్పష్టంగా ఉంది. బ్రిటిష్ ఖజానా పటిష్టంగా ఉన్నంత కాలం ప్రతి పదేళ్లకోసారి మరిన్ని సంస్కరణలు చేపడతామని మూంటాగు చేసిన వాగ్దానాన్ని గత రెండేళ్లుగా బ్రిటిష్ రాజకీయ నాయకులు రద్దు చేసేందుకు ప్రయత్నిస్తున్నారు. భవిష్యత్తు కోసం వారు ఏ నిర్ణయం తీసుకున్నారో మనం చూడవచ్చు. ఈ విషయాలను విశ్లేషిస్తున్నామంటే విజయాలను సంబరాలు చేసుకునేందుకు కాదని, ప్రజల్లో అవగాహన కల్పించి, రాబోయే పోరాటాలకు వారిని సిద్ధం చేయడానికేనని స్పష్టం చేస్తున్నాను. మాకు, రాజీ అనేది మోకరిల్లడం కాదు, కానీ ఒక అడుగు ముందుకు వేసి విశ్రాంతి తీసుకోవడం.

అయితే దీనితో పాటు రాజీ అనేది ఇంతకంటే ఎక్కువ కాదని కూడా మనం అర్థం చేసుకోవాలి. ఇది అంతిమ లక్ష్యం మరియు అంతిమ విశ్రాంతి స్థలం కాదు. ప్రస్తుత పరిస్థితిని కొంతవరకు పరిశీలించిన తర్వాత, భవిష్యత్ కార్యక్రమాలు మరియు వ్యూహాలను కూడా పరిగణించాలి.

నేను ఇంతకు ముందు చెప్పినట్లు ఏ విప్లవ పార్టీకైనా ఒక నిర్దిష్టమైన కార్యక్రమం ఉండటం చాలా ముఖ్యం. విప్లవం అంటే కార్యాచరణ అని మీరు తెలుసుకోవాలి. వ్యవస్థీకృత మరియు క్రమబద్ధమైన పని ద్వారా ఉద్దేశపూర్వక మార్పును తీసుకురావడమే దీని అర్థం మరియు ఈ విధ్వంసం అసంఘటిత, ఆకస్మిక లేదా ఆకస్మిక మార్పుకు వ్యతిరేకంగా ఉంటుంది. ప్రోగ్రామ్ చేయడానికి, ఈ విషయాలను అధ్యయనం చేయడం చాలా అవసరం:-

1. లక్ష్యం లేదా లక్ష్యం.
2. ఏది ప్రారంభించాలో ఆధారం, అంటే ప్రస్తుత పరిస్థితి.
3. పని రూపం, అంటే అర్థం మరియు వాటాలు.

ఈ అంశాలకు సంబంధించి కొంత స్పష్టమైన స్పష్టత లేకపోతే, ప్రోగ్రామ్‌కు సంబంధించిన ఆలోచన సాధ్యం కాదు.

మేము ప్రస్తుత పరిస్థితిని కొంతవరకు పరిగణించాము, లక్ష్యాలకు సంబంధించి కొంత చర్చ కూడా జరిగింది. మనకు సోషలిస్టు విప్లవం కావాలి, దానికి ప్రాథమిక అవసరం రాజకీయ విప్లవం. ఇదే మనకు కావాలి. రాజకీయ

విప్లవం అంటే రాజ్యాధికారాన్ని (అంటే విస్తృతంగా అధికారాన్ని) బ్రిటీష్ చేతుల నుండి భారతీయుల చేతులకు బదిలీ చేయడం మరియు అది కూడా మన లక్ష్యానికి సరిపోయే అంతిమ లక్ష్యం ఉన్న భారతీయుల చేతుల్లోకి మార్చడం. ఇంకా స్పష్టంగా చెప్పాలంటే - సామాన్య ప్రజల కృషితో విప్లవ పార్టీ చేతుల్లోకి రాజ్యాధికారం వస్తోంది. దీని తరువాత, మొత్తం సమాజాన్ని సోషలిస్ట్ దిశలో తీసుకెళ్లడానికి మనం తీవ్రంగా కృషి చేయాలి. మీరు విప్లవం అంటే ఇదే కాకపోతే, దయచేసి నాకు సహాయం చేయండి మరియు 'ఇంక్విలాబ్ జిందాబాద్' నినాదాలు చేయడం మానేయండి. కనీసం మనకు 'విప్లవం' అనే పదం చాలా ఉన్నతమైన ఆలోచనలను కలిగి ఉంటుంది మరియు దానిని గంభీరత లేకుండా ఉపయోగించకూడదు, లేకుంటే అది దుర్వినియోగం అవుతుంది.

కానీ మీరు భారత గణతంత్ర స్థాపన లక్ష్యంగా జాతీయ విప్లవాన్ని కోరుకుంటున్నారని మీరు చెబితే, నా ప్రశ్న ఏమిటంటే, విప్లవంలో సహాయం చేయడానికి మీరు ఏ శక్తులపై ఆధారపడుతున్నారు? విప్లవం జాతీయమైనా లేదా సామ్యవాదమైనా, మనం ఆధారపడే శక్తులు రైతులు మరియు కార్మికులు. వాటిని నిర్వహించే ధైర్యం కాంగ్రెస్ నాయకులకు లేదు, ఈ ఉద్యమంలో మీరు స్పష్టంగా చూశారు. ఈ శక్తులు లేకుంటే వారు నిస్సహాయులని అందరికంటే ఎక్కువగా వారు గ్రహిస్తారు. వారు సంపూర్ణ స్వాతంత్ర్య తీర్మానాన్ని ఆమోదించినప్పుడు, దాని అర్థం విప్లవం, కానీ వారు (కాంగ్రెస్) ఉద్దేశించినది కాదు. డొమినియన్ స్టేట్స్‌లో తమ దారికి రావడానికి ముప్పగా ఉపయోగించాలనుకునే యువ కార్యకర్తల ఒత్తిడితో ఇది ఆమోదించబడింది. కాంగ్రెస్ గత మూడు సమావేశాల తీర్మానాలను చదవడం ద్వారా మీరు ఆ విషయంలో సరైన అభిప్రాయాన్ని ఏర్పరచుకోవచ్చు. నేను మద్రాసు, కలకత్తా మరియు లాహోర్ సమావేశాలను సూచిస్తున్నాను. కలకత్తాలో డొమినియన్ స్టేట్స్ డిమాండ్ చేస్తూ తీర్మానం ఆమోదించబడింది. ఈ డిమాండ్‌ను 12 నెలల్లోగా ఆమోదించాలని, అలా చేయకుంటే సంపూర్ణ స్వాతంత్ర్యమే లక్ష్యంగా కాంగ్రెస్‌కు ఒత్తిడి వస్తుందని కోరారు. అతను డిసెంబర్ 31, 1929 అర్ధరాత్రి వరకు ఈ బహుమతిని అందుకోవడానికి చాలా గంభీరంగా వేచి ఉన్నాడు, ఆపై అతను పూర్తి స్వాతంత్ర్య ప్రతిపాదనను అంగీకరించడానికి సిద్ధమయ్యాడు.

నిబద్ధత' దొరికింది, అది వారు కోరుకున్నది కాదు. ఇంకా మహాత్మా జీ సంభాషణల తలుపులు తెరిచి ఉన్నాయన్న వాస్తవాన్ని దాచలేదు. ఇది దాని అసలు

అర్థం. తమ ఉద్యమం ఏదో ఒక రాజీతో ముగుస్తుందని మొదటి నుంచీ వారికి తెలుసు. మేము ఈ నిర్లక్ష్య వైఖరిని ద్వేషిస్తాము, వివాదానికి సంబంధించిన ఏ విషయంలోనూ రాజీపడము.

విప్లవం ఏ శక్తులపై ఆధారపడి ఉందో మేము పరిశీలిస్తున్నాము? అయితే చురుగ్గా పాల్గొనేలా రైతులను, కూలీలను ఒప్పిస్తారని మీరు భావిస్తే, ఎలాంటి ఎమోషనల్ టాక్‌తో మోసపోరని వారికి చెప్పాలనుకుంటున్నాను. మీ విప్లవం, మీరు వారి త్యాగం కోరుతున్న విప్లవం వల్ల వారికి ఏమి ప్రయోజనం అని వారు స్పష్టంగా అడుగుతారు. లార్డ్ రీడింగ్‌కు బదులుగా భారత ప్రభుత్వ అధిపతి సర్ పురుషోత్తం దాస్ ఠాకూర్ దాస్ అయితే వారికి (ప్రజలకు) తేడా ఏమిటి? లార్డ్ ఇర్విన్ స్థానంలో సర్ తేజ్ బహదూర్ సప్రూ వస్తే, రైతుకు ఎలాంటి తేడా ఉంటుంది? జాతీయ భావాలకు విజ్ఞప్తులు పూర్తిగా పనికిరావు. మీరు దీన్ని మీ పని కోసం 'ఉపయోగించలేరు'. మీరు సీరియస్‌గా వ్యవహరించాలి మరియు విప్లవం వారి ఆసక్తి మరియు వారిది అని వారికి అర్థమయ్యేలా చేయాలి. శ్రామికవర్గ శ్రామికవర్గం యొక్క విప్లవం, శ్రామికవర్గం కోసం.

మీ లక్ష్యం గురించి మీకు స్పష్టమైన భావన ఉన్నప్పుడు, అటువంటి లక్ష్యాన్ని సాధించడానికి మీరు మీ శక్తిని కాపాడుకోవడం ప్రారంభిస్తారు. ఇప్పుడు మనం రెండు వేర్వేరు దశల ద్వారా వెళ్ళవలసి ఉంటుంది - మొదటి దశ తయారీ, రెండవ దశ దానిని అమలు చేయడం.

ఈ ప్రస్తుత ఉద్యమం ముగిసినప్పుడు, మీరు చాలా మంది నిజాయితీ మరియు తీవ్రమైన విప్లవకారులను కనుగొంటారు.

కార్మికులు నిరాశ, నిస్పృహలకు లోనవుతారు. కానీ మీరు భయపడాల్సిన అవసరం లేదు. సెంటిమెంట్‌ను పక్కన పెట్టండి. వాస్తవికతను ఎదుర్కోవడానికి సిద్ధంగా ఉండండి. విప్లవం చేయడం చాలా కష్టమైన పని. ఇది ఏ ఒక్క వ్యక్తి అధికారంలో లేదు లేదా ఏ నిర్ణీత తేదీలోనైనా రాకూడదు. ఇది ప్రత్యేక సామాజిక-ఆర్థిక పరిస్థితుల నుండి ఉద్భవించింది మరియు ఒక వ్యవస్థీకృత పార్టీ అటువంటి అవకాశాన్ని నిర్వహించాలి మరియు దాని కోసం ప్రజలను సిద్ధం చేయాలి. విప్లవం అనే కష్టమైన పని కోసం అన్ని శక్తులు సంఘటితం కావాలి. వీటన్నింటికీ విప్లవ కార్మికులు ఎన్నో త్యాగాలు చేయాల్సి ఉంటుంది. ఇక్కడ నేను స్పష్టంగా చెప్తున్నాను మీరు వ్యాపారవేత్త లేదా బాగా స్థిరపడిన వ్యాపారవేత్త లేదా కుటుంబ వ్యక్తి అయితే అప్పుడు సార్! ఈ మంటతో ఆడకండి. నాయకుడిగా మీ వల్ల పార్టీకి ఉపయోగం లేదు. ఇలాంటి నాయకులు మనకు ఇప్పటికే చాలా మంది ఉన్నారు

ఆ సమయంలో, అతను ఖచ్చితంగా ప్రసంగం ఇవ్వడానికి కొంత సమయం తీసుకుంటాడు. ఈ నాయకుల వల్ల మనకు ఉపయోగం లేదు. లెనిన్‌కి చాలా ఇష్టమైన 'ప్రొఫెషనల్ విప్లవకారుడు' అనే పదాన్ని ఉపయోగిస్తాము. పూర్తి సమయం ఇచ్చే కార్మికులు, విప్లవం తప్ప జీవితంలో మరో కోరిక లేనివారు. ఇలాంటి కార్యకర్తలు పార్టీలో ఎంత సంఘటితమైతే విజయావకాశాలు అంత ఎక్కువగా ఉంటాయి.

పార్టీని సరైన పద్ధతిలో ముందుకు తీసుకెళ్ళడానికి అత్యంత అవసరం ఏమిటంటే, అటువంటి కార్యకర్తలకు స్పష్టమైన ఆలోచనలు, ప్రత్యక్ష అవగాహన, చొరవ తీసుకునే సామర్థ్యం మరియు వెంటనే నిర్ణయాలు తీసుకునే శక్తి ఉండాలి. పార్టీలో ఉక్కు క్రమశిక్షణ ఉంటుంది మరియు పార్టీ అండర్‌గ్రౌండ్‌లో పని చేయాల్సిన అవసరం లేదు, కానీ దానికి విరుద్ధంగా అది బహిరంగంగా పని చేయవచ్చు, అయినప్పటికీ స్వచ్ఛందంగా జైలుకు వెళ్లే విధానాన్ని పూర్తిగా వదిలివేయాలి. ఈ విధంగా చాలా మంది కార్మికులు తమ జీవితాలను రహస్యంగా పని చేయవలసి రావచ్చు, కానీ వారు అదే ఉత్సాహంతో పనిని కొనసాగించాలి మరియు అవకాశాన్ని నిర్వహించగల నాయకులు ఈ బృందం నుండి తయారవుతారు.

యువజన ఉద్యమాల నుండి రిక్రూట్ అయ్యే కార్యకర్తలు పార్టీకి అవసరం. అందుకే మన ఉద్యమం ఎక్కడ నుంచి మొదలవుతుందో అక్కడ యువజన ఉద్యమాలే తొలి గమ్యం. యువజన ఉద్యమం స్టడీ సెంటర్లు (స్టడీ సర్కిల్స్) తెరవాలి. కరపత్రాలు, కరపత్రాలు, పుస్తకాలు, పత్రికలు ముద్రించాలి. తరగతుల్లో ఉపన్యాసాలు ఉండాలి. రాజకీయ కార్యకర్తల నియామకం మరియు శిక్షణ కోసం ఇది ఉత్తమమైన ప్రదేశం.

ఆ యువతను పార్టీలో చేర్చుకోవాలి, ఎవరి ఆలోచనలు అభివృద్ధి చెందాయో, వారు తమ జీవితాన్ని ఈ పనికి అంకితం చేయడానికి సిద్ధంగా ఉన్నారు. యువజన ఉద్యమ కార్యాచరణకు పార్టీ కార్యకర్తలు దిశానిర్దేశం చేస్తారు. ప్రచారంతో పార్టీ పని ప్రారంభించనుంది. ఇది చాలా ముఖ్యమైనది. గదర్ పార్టీ (1914-15) వైఫల్యానికి ప్రధాన కారణం ప్రజల అజ్ఞానం, నిరాసక్తత మరియు కొన్నిసార్లు వ్యతిరేకత. ఇది కాకుండా, రైతులు మరియు కార్మికుల క్రియాశీల మద్దతు పొందడానికి ప్రచారం కూడా అవసరం. పార్టీ పేరు కమ్యూనిస్టు పార్టీ అని ఉండాలి. పటిష్టమైన క్రమశిక్షణ కలిగిన రాజకీయ కార్యకర్తల ఈ పార్టీ మిగిలిన అన్ని

ఉద్యమాలను నిర్వహిస్తుంది. ఇది కార్మికులు మరియు రైతుల మరియు ఇతర పార్టీలను కూడా పాలించవలసి ఉంటుంది మరియు లేబర్ యూనియన్ కాంగ్రెస్ మరియు ఇతర రాజకీయ సంస్థలపై కూడా ప్రభావవంతంగా ఉండటానికి ప్రయత్నిస్తుంది. జాతీయ చైతన్యాన్ని పెంచే పెద్ద ప్రచురణ ప్రచారాన్ని పార్టీ నిర్వహిస్తుంది.

కాదు, వర్గ స్పృహ కూడా పుడుతుంది. సామ్యవాద సూత్రాల గురించి ప్రజలకు అవగాహన కల్పించడానికి, అన్ని సమస్యల కంటెంట్ ప్రతి వ్యక్తికి అర్థమయ్యేలా ఉండాలి మరియు అటువంటి ప్రచురణలను పెద్ద ఎత్తున పంపిణీ చేయాలి. రచన సరళంగా మరియు స్పష్టంగా ఉండాలి.

కార్మిక ఉద్యమంలో కార్మికులు మరియు రైతుల ఆర్థిక మరియు రాజకీయ స్వేచ్ఛ గురించి చాలా విచిత్రమైన ఆలోచనలు ఉన్న వ్యక్తులు ఉన్నారు. ఈ వ్యక్తులు రెచ్చగొట్టే లేదా వెర్రి. అలాంటి ఆలోచనలు అర్థంలేనివి లేదా ఊహించలేనివి. మేము ప్రజల ఆర్థిక స్వేచ్ఛను అర్థం చేసుకున్నాము మరియు దీని కోసం మేము రాజకీయ శక్తిని పొందాలనుకుంటున్నాము. మొదట్లో చిన్న చిన్న ఆర్థిక డిమాండ్లు, ఈ తరగతుల ప్రత్యేక హక్కుల కోసం పోరాడాల్సి ఉంటుందనడంలో సందేహం లేదు. ఈ పోరాటం వారిని అప్రమత్తం చేస్తుంది మరియు రాజకీయ అధికారం కోసం చివరి పోరాటానికి సిద్ధం చేస్తుంది.

ఇది కాకుండా, సైనిక విభాగాన్ని నిర్వహించాల్సి ఉంటుంది. ఇది చాలా ముఖ్యమైనది. కొన్నిసార్లు ఇది చాలా అవసరం. ఆ సమయంలో ప్రారంభించి, మీరు పని చేయడానికి పూర్తి బలం ఉన్న సమూహాన్ని సృష్టించలేరు. బహుశా ఈ అంశాన్ని వివరంగా వివరించడం అవసరం. ఈ విషయంపై నా అభిప్రాయాలను తప్పుగా అర్థం చేసుకునే అవకాశం చాలా ఎక్కువ. పైకి నేను టెర్రరిస్టులా ప్రవర్తించాను, కానీ నేను ఉగ్రవాదిని కాను. నేను ఇక్కడ పరిగణించబడుతున్న దీర్ఘకాలిక ప్రోగ్రామ్‌కు సంబంధించి నిర్దిష్టమైన మరియు నిర్దిష్టమైన ఆలోచనలను కలిగి ఉన్న విప్లవకారుడిని. 'చేతిలో ఉన్న స్నేహితులు' రామ్ ప్రసాద్ బిస్మిల్ వంటి నా స్నేహితులు కొందరు మృత్యు గదిలో ఉండటం నాలో కొంత స్పందనను రేకెత్తించినందుకు నన్ను నిందిస్తారు. ఇందులో వాస్తవం లేదు. నా ఆలోచనలు ఒకేలా ఉన్నాయి, నాకు ఇక్కడ ఉన్న అదే సంకల్పం మరియు అదే ఉత్సాహం మరియు ఆత్మ ఉంది, బయట ఉండేది - కాదు, అది అంతకంటే ఎక్కువ. అందువల్ల, నా పదాలను పూర్తి శ్రద్ధతో చదవమని నా పాఠకులను నేను హెచ్చరించాలనుకుంటున్నాను.

వారు పంక్తుల మధ్య ఏమీ చూడకూడదు. నా విప్లవ జీవితంలో మొదటి కొన్ని రోజులు తప్ప, నేను తీవ్రవాదిని లేదా నేను ఉగ్రవాదిని కాదు అని నా శక్తితో చెప్పాలనుకుంటున్నాను; మరియు అలాంటి పద్ధతులతో మనం ఏమీ సాధించలేమని నాకు ఖచ్చితంగా తెలుసు. హిందుస్థాన్ సమాజ్ వాదీ రిపబ్లికన్ పార్టీ చరిత్రను పరిశీలిస్తే ఇది చాలా స్పష్టంగా కనిపిస్తుంది. మా పని అంతా ఈ దిశలో ఉంది, అంటే పెద్ద జాతీయ ఉద్యమం యొక్క సైనిక విభాగంగా మనల్ని మనం స్థాపించుకోవడం. ఎవరైనా నన్ను తప్పగా అర్థం చేసుకున్నట్లయితే, దయచేసి నన్ను సరిదిద్దండి. బాంబులు మరియు పిస్టల్స్ పనికిరానివి అని నా ఉద్దేశ్యం కాదు, దానికి విరుద్ధంగా, అవి ప్రయోజనకరంగా ఉంటాయి. కానీ నా ఉద్దేశ్యం బాంబులు విసరడం పనికిరానిది మాత్రమే కాదు,

బదులుగా అది హానికరం. పార్టీ యొక్క సైనిక విభాగం ఎల్లప్పుడూ సిద్ధంగా ఉండాలి, తద్వారా ఇది సంక్షోభ సమయాల్లో ఉపయోగపడుతుంది. ఇది పార్టీ రాజకీయ కార్యాచరణకు ఉపకరించాలి. దానికదే స్వతంత్రంగా పని చేయకూడదు.

పైన ఈ లైన్లలో చెప్పినట్లు. పార్టీ తన పనిని ముందుకు తీసుకెళ్లాలి. సమయం-

మీరు సమయానికి సమావేశాలు మరియు సమావేశాలను పిలవడం ద్వారా మీ కార్మికులకు అన్ని విషయాల గురించి సమాచారం మరియు అవగాహనను అందిస్తూ ఉండాలి. మీరు ఈ విధంగా పని ప్రారంభిస్తే, మీరు పనిని చాలా సీరియస్‌గా తీసుకోవలసి ఉంటుంది. ఈ పని పూర్తి కావడానికి కనీసం ఇరవై ఏళ్లు పడుతుంది. గాంధీ కలలను (ఒక సంవత్సరంలో స్వరాజ్యం) పక్కనపెట్టినట్లే, విప్లవానికి సంబంధించిన యువతను పదేళ్లలో పూర్తి చేయాలనే కలలను పక్కన పెట్టండి. ఇది సెంటిమెంట్‌గా ఉండవలసిన అవసరం లేదు లేదా ఇది సాధారణమైనది కాదు. నిరంతరం పోరాడుతూ, కష్టాలను ఓర్చుకుంటూ త్యాగంతో జీవించాల్సిన అవసరం ఎంతైనా ఉంది. ముందుగా మీ వ్యక్తిత్వాన్ని అంతం చేసుకోండి. వ్యక్తిగత సంతోషాల కలలను పక్కనపెట్టి, ఆపై పని ప్రారంభించండి. అంగుళం అంగుళం మీరు ముందుకు సాగుతారు. దీని కోసం, ధైర్యం, దృఢ సంకల్పం మరియు చాలా బలమైన సంకల్పం అవసరం. ఎన్ని కష్టాలు, కష్టాలు వచ్చినా నీ ధైర్యం వమ్ము కాకూడదు. ఓటమి లేదా ద్రోహం మీ హృదయాన్ని విచ్ఛిన్నం చేయకూడదు. ఎన్ని కష్టాలు ఎదురైనా మీ విప్లవ చైతన్యం చల్లారకూడదు. బాధ

మరియు త్యాగం యొక్క సూత్రాల ద్వారా, మీరు విజయం సాధిస్తారు మరియు ఈ వ్యక్తిగత విజయాలు విప్లవం యొక్క అమూల్యమైన ఆస్తులు.

విప్లవం చిరకాలం జీవించు!

2 ఫిబ్రవరి, 1931

## మాకు బంగారు అవకాశం

భారతదేశ స్వాతంత్ర్యం ఇకపై సుదూర కల కాకపోవచ్చు. సంఘటనలు చాలా వేగంగా జరుగుతున్నాయి కాబట్టి స్వాతంత్ర్యం ఇప్పుడు మనం ఊహించిన దానికంటే త్వరగా వాస్తవం అవుతుంది. బ్రిటీష్ సామ్రాజ్యం తీవ్ర సంక్షోభంలో ఉంది. జర్మనీ కష్టాల్లో ఉంది, ఫ్రాన్స్ వణికిపోతుంది, అమెరికా వణికిపోతుంది, వీటన్నింటి కష్టాలు మనకు సువర్ణావకాశాలు. సమాజం యొక్క పెట్టుబడిదారీ వ్యవస్థ యొక్క విధ్వంసం అనివార్యమైన గొప్ప ప్రవచనం వైపు ప్రతిదీ చూపుతోంది. దౌత్యవేత్తలు తమను తాము రక్షించుకోవడానికి ప్రయత్నాలు చేయవచ్చు మరియు పెట్టుబడిదారీ కుట్ర కారణంగా 'విప్లవపు పులి'ని తమ ఇంటి నుండి దూరంగా ఉంచడానికి ప్రయత్నించవచ్చు. బ్రిటీష్ బడ్జెట్ సమతుల్యంగా ఉండవచ్చు మరియు మరణం అంచున ఉన్న పెట్టుబడిదారీ విధానానికి ఒక క్షణం ఉపశమనం లభించవచ్చు. 'డాలర్ కింగ్' తన కిరీటాన్ని చేజిక్కించుకున్నప్పటికీ, మహా మాంద్యం కొనసాగితే మరియు అది కొనసాగుతుంది

ఇది జరిగితే, నిరుద్యోగుల సైన్యం వేగంగా పెరుగుతుంది మరియు అది కూడా పెరుగుతోంది, ఎందుకంటే పెట్టుబడిదారీ ఉత్పత్తి వ్యవస్థ అలాంటిది. ఈ వ్యవహారం పెట్టుబడిదారీ వ్యవస్థను నిర్వీర్యం చేస్తుంది. సరే, ఇది కొన్ని నెలలు మాత్రమే. అందువల్ల, విప్లవం అనేది ఇకపై ఒక అంచనా లేదా అవకాశం కాదు, కానీ ఆలోచనాత్మక ప్రణాళిక మరియు కఠినమైన అమలు ద్వారా విజయవంతమయ్యే 'ఆచరణాత్మక రాజకీయాలు'. దాని వివిధ అంశాలు మరియు అర్థం, దాని పద్ధతులు మరియు లక్ష్యాలకు సంబంధించి సైద్ధాంతిక గందరగోళం ఉండకూడదు.

## గాంధీజం

కాంగ్రెస్ ఉద్యమ సాధ్యాసాధ్యాలు, ఓటములు, విజయాల గురించి మనకు ఎలాంటి భ్రమలు ఉండకూడదు. నేడు జరుగుతున్న ఈ ఉద్యమాన్ని గాంధీయిజం అని పిలవడం సముచితం. ఇది స్వాతంత్ర్యం కోసం ఒక స్టాండ్ తీసుకుంటుందని

క్లెయిమ్ చేయదు, బదులుగా 'భాగస్వామ్య' అధికారానికి అనుకూలంగా ఉంది. 'పూర్తి స్వేచ్ఛ'కి విచిత్రమైన అర్థాలు సృష్టిస్తున్నారు, దీని పద్ధతి విశిష్టమైనది, కానీ పేద ప్రజలకు మాత్రం ఉపయోగం లేదు. గాంధీయిజం సబర్మతీ సాధువుకు శాశ్వత శిష్యుడిని ఇవ్వదు. ఇది మధ్య పార్టీగా పనిచేస్తోంది మరియు పని చేస్తోంది - అంటే ఉదారవాద-రాడికల్ కూటమి. పరిస్థితి యొక్క వాస్తవికతను ఎదుర్కోవడంలో సిగ్గుపడుతుంది. దీన్ని నడిపే వారు దేశ ప్రజలే దానితో ముడిపడి బూర్జువా మొండితనంతో తమ ప్రయోజనాలకు అతుక్కుపోతుంటే అది విప్లవ రక్తంతో చల్లబడక తప్పదు. అతని స్నేహితుల నుండి రక్షించబడాలి.

## తీవ్రవాదం

ఈ కష్టమైన ప్రశ్న గురించి స్పష్టంగా చెప్పండి. బాంబు మార్గం 1905 నుండి కొనసాగుతోంది మరియు విప్లవాత్మక భారతదేశంపై బాధాకరమైన వ్యాఖ్యానం. దాని ఉపయోగం మరియు దుర్వినియోగం ఏమిటో ఇంకా గ్రహించబడలేదు. ఉగ్రవాదం అనేది మన సమాజంలో విప్లవాత్మక ఆలోచనలపై అవగాహన లేకపోవడం యొక్క వ్యక్తీకరణ లేదా విచారం. అదేవిధంగా, ఇది ఒకరి వైఫల్యాన్ని అంగీకరించడం కూడా. ఇది ప్రారంభంలో కొన్ని ప్రయోజనాలను కలిగి ఉంది. దీంతో రాజకీయాలు సమూలంగా మారిపోయాయి. ఇది యువ మేధావుల ఆలోచనలను ప్రకాశవంతం చేసింది, ఆత్మబలిదానాల స్ఫూర్తికి స్పష్టమైన రూపాన్ని ఇచ్చింది మరియు ప్రపంచానికి మరియు వారి శత్రువులకు వారి ఉద్యమం యొక్క సత్యాన్ని మరియు శక్తిని వెల్లడించడానికి వారికి అవకాశం ఇచ్చింది. కానీ ఇది స్వయంగా సరిపోదు. అన్ని దేశాలలో దాని (ఉగ్రవాద) చరిత్ర వైఫల్య చరిత్ర - ఫ్రాన్స్, రష్యా, జర్మనీ, బాల్కన్ దేశాలు, స్పెయిన్ ఇలా అన్ని చోట్లా ఇదే కథ. దాని ఓటమికి బీజాలు తనలోనే ఉన్నాయి. సామ్రాజ్యవాదులకు 30 కోట్ల మంది ప్రజలకు బాగా తెలుసు

పాలన కోసం ప్రతి సంవత్సరం 30 మందిని బలి ఇవ్వవచ్చు. పాలన రుచి

ఇది బాంబులు లేదా పిస్టల్స్‌తో చేయవచ్చు, కానీ దోపిడీ యొక్క ఆచరణాత్మక ప్రయోజనాలు ఉన్నాయి.దానిని నిర్వహించమని మిమ్మల్ని బలవంతం చేస్తుంది. మనం ఆశించే ఆయుధాలు సులువే అయినప్పటికీ

చరిత్రలో ఇంతకు ముందెన్నడూ జరగని విధంగా మనం కలిసికట్టుగా పోరాడాలితీవ్రవాదం మరింత ఎక్కువ సామ్రాజ్యవాద శక్తులను రాజీ పడేలా

చేస్తుంది.చేయవచ్చు. అటువంటి రాజీలు ఎల్లప్పుడూ మన సంపూర్ణ స్వేచ్ఛ లక్ష్యాలకు చాలా దూరంగా ఉంటాయి. ఈ టెర్రరిజం రకం, ఒక రాజీని, సంస్కరణల విడతను పిండవచ్చు మరియు

దీనిని సాధించేందుకు గాంధీవాదం తీవ్రంగా కృషి చేస్తోంది. ఆయనకు ఢిల్లీ కావాలి పాలన తెల్లటి చేతుల నుండి గోధుమ చేతులకు మారాలి. వారు ప్రజల జీవితాలకు మరియు వారి సింహాసనాలకు దూరంగా ఉన్నారు కానీ మీరు కూర్చున్న వెంటనే క్రూరంగా మారడానికి చాలా అవకాశాలు ఉన్నాయి. ఐరిష్ ఉదాహరణ ఇక్కడ వర్తించదు నేను ఈ హెచ్చరికను ఇవ్వాలనుకుంటున్నాను. ఐర్లాండ్‌లో ఏకాంత ఉగ్రవాద చర్యలు కాదు, అది సామాన్య ప్రజల జాతీయ స్థాయి తిరుగుబాటు, దీనిలో ముష్కరులు

తన దగ్గరి జ్ఞానం మరియు సానుభూతి ద్వారా ప్రజలకు కనెక్ట్ అయ్యాడు. వాటిని చాలా సులభంగా అమెరికన్ ఐరిష్ వారికి అపారమైన ఆర్థిక సహాయం చేస్తున్నందున ఆయుధాలు అందుబాటులో ఉన్నాయి. అటువంటి యుద్ధానికి భౌగోళిక పరిస్థితి కూడా ప్రయోజనకరంగా ఉంది. కానీ ఇప్పటికీ ఐర్లాండ్‌కు

మా ఉద్యమం యొక్క అసంపూర్ణ లక్ష్యాలతో సంతృప్తి చెందవలసి వచ్చింది. ఇది ఐరిష్‌ను పబ్లిక్ చేసింది బానిసత్వం తగ్గింది, కానీ ఐరిష్ కార్మికవర్గం పెట్టుబడిదారుల బారి నుండి విముక్తి పొందింది. అది పూర్తి కాలేదు. ఐర్లాండ్ నుంచి భారత్ నేర్చుకోవాలి. అనే హెచ్చరిక కూడా విప్లవాత్మక సామాజిక ప్రాతిపదిక లేని జాతీయవాద ఆదర్శవాదం రకం, పరిస్థితులకు అనుగుణంగా

అది ఉనికిలో ఉన్నా, సామ్రాజ్యవాదంతో రాజీ ఇసుకలో కూరుకుపోవచ్చు. భారతదేశం ఇంకా ఉండాలి ఐర్లాండ్‌ను కాపీ చేయాలా - అది చేయగలిగినప్పటికీ?

ఒక విధంగా, గాంధీయిజం, ప్రాణాంతకత యొక్క ఆలోచనను కలిగి ఉన్నప్పటికీ, విప్లవాత్మక ఆలోచనలకు దగ్గరగా ఏదైనా చేరుకోవడానికి ప్రయత్నిస్తుంది, ఎందుకంటే ఇది సమిష్టి చర్యపై ఆధారపడి ఉంటుంది, అయితే ఈ చర్య సమూహం కోసం కాదు. కార్మికులను ఉద్యమంలో భాగస్వాములను చేయడం ద్వారా వారిని కార్మిక విప్లవ పథంలో నడిపించారు. తమ రాజకీయ కార్యక్రమానికి ఎంత మొరటుగానో, స్వార్థపూరితంగానో వాడుకున్నారన్నది వేరే విషయం. విప్లవకారులు తమ సముచిత స్థానాన్ని 'అహింస దేవదూత'కి ఇవ్వాలి.

ఉగ్రవాదం అనే దెయ్యాన్ని పొగడాల్సిన పనిలేదు. ఉగ్రవాదులు చాలా పని చేశారు, చాలా నేర్పించారు. మన లక్ష్యాలు మరియు పద్ధతులకు సంబంధించి

మనం తప్పులు చేయకుంటే ఇంకా కొంత ప్రయోజనం ఉండవచ్చు. తీవ్రవాదులు ముఖ్యంగా నిరాశ సమయంలో

ఈ పద్ధతి మా ప్రచార ప్రచారంలో సహాయకరంగా ఉండవచ్చు, కానీ ఇది బాణసంచా కాల్చడం తప్ప మరొకటి కాదు మరియు ప్రత్యేక సమయాలు మరియు ఎంపిక చేసిన కొన్నింటికి మాత్రమే కేటాయించబడాలి. విప్లవకారుడు అర్థరహిత ఉగ్రవాద చర్యలు మరియు వ్యక్తిగత ఆత్మబలిదానాల యొక్క దుర్మార్గపు చక్రంలోకి లాగకూడదు. అందరికీ ప్రోత్సాహకరమైన ఆదర్శం ఒక కారణం కోసం చనిపోవడం కాదు, ఒక ప్రయోజనం కోసం జీవించడం - అది కూడా లాభదాయకమైన పద్ధతిలో విలువైన రీతిలో జీవించడం.

ఉగ్రవాదంతో పూర్తిగా తెగతెంపులు చేసుకోవడం లేదని చెప్పాల్సిన పనిలేదు. శ్రామిక విప్లవం కోణం నుండి మేము దానిని సమగ్రంగా అంచనా వేయాలనుకుంటున్నాము. పరిపక్వత మరియు నిశ్శబ్ద పద్ధతిలో సంస్థ యొక్క పనికి సరిపోని యువకులు ఇతర పాత్రలను కలిగి ఉంటారు. వారు మార్పులేని పనుల నుండి విముక్తి పొందాలి మరియు వారి కోరికలను నెరవేర్చడానికి వదిలివేయాలి. అయితే పాలకమండలి ముందుగా పార్టీ ప్రభావం మరియు దాని పని, ప్రజలపై దాని ప్రభావం మరియు శత్రువు యొక్క బలాన్ని పరిశీలించాలి. ఇటువంటి చర్యలు పార్టీ మరియు ప్రజల దృష్టిని మిలిటెంట్ సామూహిక పోరాటం నుండి మరింత మెరుపు కార్యకలాపాల వైపు మళ్లిస్తాయి మరియు తద్వారా పార్టీ మూలాలపై దాడి చేయడానికి ఒక సాకుగా మారవచ్చు. కాబట్టి, ఈ ఆదర్శాన్ని ఎట్టి పరిస్థితుల్లోనూ ముందుకు తీసుకెళ్లకూడదు.

కానీ సీక్రెట్ మిలిటరీ డిపార్ట్‌మెంట్ శాపగ్రస్తమైనది కాదు. నిజానికి ఇది ముందు వరుస. విప్లవ పార్టీ 'గోలీమార్ రో' పూర్తిగా 'ఆధార్'తో అనుసంధానం చేయాలి. 'బేస్' అనేది మిలిటెంట్ మరియు డైనమిక్ పీపుల్స్ పార్టీగా ఉండాలి. సంస్థ కోసం డబ్బు, ఆయుధాలు సేకరించడంలో ఏమాత్రం వెనుకాడకూడదు.

## విప్లవం

మనం విప్లవం అంటే ఏమిటో స్పష్టంగా అర్థమవుతుంది. ఈ శతాబ్దంలో దీని అర్థం ఒక్కటే - ప్రజల కోసం ప్రజలచే రాజకీయ అధికారాన్ని పొందడం. వాస్తవానికి ఇది 'విప్లవం', అన్ని ఇతర తిరుగుబాట్లు యజమానులను మార్చడం ద్వారా పెట్టుబడిదారీ కుళ్ళిపోవడాన్ని మాత్రమే పెంచుతాయి. ప్రజలు లేదా వారి కారణాల పట్ల ఎలాంటి సానుభూతి వ్యక్తం చేసినా ప్రజలు మోసాన్ని గుర్తించకుండా వాస్తవాన్ని దాచలేరు. భారతదేశంలో మనకు భారతీయ కార్మిక పాలన కంటే

తక్కువ ఏమీ లేదు. భారతదేశం నుండి భారతీయ కార్మికులను, సామ్రాజ్యవాదులను మరియు అదే ఆర్థిక వ్యవస్థను సమర్థించే వారి సహాయకులను తొలగించడం ద్వారా. ఎవరి మూలాలు దోపిడీపై ఆధారపడి ఉన్నాయి - ముందుకు రావడానికి. తెల్లటి చెడును నలుపు చెడుతో భర్తీ చేయడం ద్వారా మేము బాధపడకూడదనుకుంటున్నాము. దుష్టశక్తులు, స్వార్థపూరిత సమూహంలా, ఒకరి స్థానాన్ని మరొకరు తీసుకోవడానికి సిద్ధంగా ఉన్నారు.

సామ్రాజ్యవాదులను తరిమికొట్టడానికి భారతదేశం యొక్క ఏకైక ఆయుధం కార్మిక విప్లవం. మరేదీ ఈ ప్రయోజనాన్ని అందించదు. అన్ని విశ్వాసాల జాతీయవాదులు ఒక లక్ష్యంపై అంగీకరిస్తారు: సామ్రాజ్యవాదుల నుండి స్వాతంత్ర్యం సాధించడం. అయితే వారి ఉద్యమానికి చోదక శక్తి తిరుగుబాటుదారులేనని, వారి మిలిటెంట్ చర్యల ద్వారానే విజయం సాధిస్తారని కూడా వారికి అర్థం కావాలి. సరళమైన పరిష్కారం ఉండదు కాబట్టి, వారు తమను తాము మోసం చేసుకుంటారు మరియు వారు తీవ్రమైన పరిష్కారంగా భావించే దాని వైపు పరుగెత్తుతారు, కానీ త్వరగా మరియు ప్రభావవంతంగా - అంటే, కొన్ని వందల మంది బలమైన ఆదర్శవాద జాతీయవాదుల శక్తివంతమైన తిరుగుబాటు ద్వారా విదేశీ పాలనను పడగొట్టడం మరియు రాజ్యాన్ని నిలబెట్టడం. సోషలిస్ట్ మార్గంలో. వారు కాలపు వాస్తవికతను పరిశీలించాలి. ఆయుధాలు పెద్ద సంఖ్యలో అందుబాటులో లేవు మరియు మిలిటెంట్ ప్రజల నుండి వేరు చేయబడిన ఒక నిరక్షరాస్య సమూహం యొక్క తిరుగుబాటు ఈ యుగంలో విజయం సాధించే అవకాశం లేదు. జాతీయవాదులు విజయం సాధించాలంటే, వారి మొత్తం సంఘం చర్యలోకి రావాలి మరియు తిరుగుబాటుకు నిలబడాలి. సంఘాలు కాంగ్రెస్‌కు లౌడ్‌స్పీకర్లు కావు, భారతదేశ జనాభాలో 95 శాతం ఉన్న కార్మికులు మరియు రైతులు. జాతీయవాదం, అంటే సామ్రాజ్యవాదం మరియు పెట్టుబడిదారీ బానిసత్వం నుండి విముక్తి పొందుతుందనే నమ్మకంపై మాత్రమే దేశం తనను తాను కార్యరూపంలోకి తీసుకువస్తుంది.

కార్మిక విప్లవం తప్ప, మరే ఇతర విప్లవం కోరుకోకూడదని లేదా అది విజయవంతం కాదనే విషయాన్ని మనం గుర్తుంచుకోవాలి.

## కార్యక్రమం

విప్లవం యొక్క స్పష్టమైన మరియు నిజాయితీ కార్యక్రమం అవసరం మరియు ఈ కార్యక్రమాన్ని అమలు చేయడానికి బలమైన చర్య తీసుకోవాలి.

1917 అక్టోబర్ విప్లవానికి ముందు, లెనిన్ మాస్కోలో భూగర్భంలో ఉన్నప్పుడు, అతను

విజయవంతమైన విప్లవానికి మూడు అవసరమైన షరతులు ప్రస్తావించబడ్డాయి-

1. రాజకీయ-ఆర్థిక పరిస్థితి.
2. ప్రజల మనస్సులలో తిరుగుబాటు భావం.
3. ఒక విప్లవ పార్టీ, ఇది పూర్తిగా శిక్షణ పొందిన మరియు పరీక్ష తర్వాత

కాలం ప్రజలకు నాయకత్వాన్ని అందించగలదు.

భారతదేశంలో, మొదటి షరతు నెరవేరింది, రెండవ మరియు మూడవ షరతులు వాటి తుది నెరవేర్పు కోసం వేచి ఉన్నాయి. దీని కోసం చర్య తీసుకోవడం స్వేచ్ఛా సేవకులందరి మొదటి పని. ఈ అంశాన్ని దృష్టిలో ఉంచుకుని ఒక కార్యక్రమాన్ని రూపొందించాలి. దీని రూపురేఖలు క్రింద ఇవ్వబడ్డాయి మరియు ప్రతి విభాగానికి సంబంధించిన సూచనలు షెడ్యూల్ మరియు 'లో నమోదు చేయబడ్డాయి

## ప్రాథమిక పని

మిలిటెంట్ పని కోసం ప్రజలను సన్నద్ధం చేయడం మరియు సమీకరించడం కార్మికుల ముందున్న మొదటి బాధ్యత. మనం మూఢనమ్మకాలు, భావోద్వేగాలు, మతతత్వం లేదా తటస్థత యొక్క ఆదర్శాలతో ఆడుకోవాల్సిన అవసరం లేదు. ప్రజలకు ఉల్లిపాయలతో రోటీ మాత్రమే ఇస్తామని వాగ్దానం చేయకూడదు. ఈ వాగ్దానాలు పూర్తి మరియు ఖచ్చితమైనవి మరియు మేము వాటి గురించి నిజాయితీ మరియు స్పష్టతతో మాట్లాడుతాము. వారి మనస్సులలో గందరగోళం ఏర్పడటానికి మేము ఎప్పటికీ అనుమతించము. విప్లవం ప్రజల కోసమే అవుతుంది. కొన్ని స్పష్టమైన సూచనలు:-

1. ఫ్యూడలిజం ముగింపు.
2. రైతుల రుణాలను తొలగించడం.
3. విప్లవ రాజ్యం ద్వారా భూమిని జాతీయం చేయడం ద్వారా అభివృద్ధి చెందిన మరియు భాగస్వామ్య వ్యవసాయాన్ని ఏర్పాటు చేయవచ్చు.
4. నివసించడానికి వసతికి హామీ.
5. రైతుల నుండి తీసుకున్న అన్ని ఖర్చులను ఆపడం. ఒక భూమి పన్ను మాత్రమే వసూలు చేయబడుతుంది.

6. దేశంలో కర్మాగారాల జాతీయాకరణ మరియు కర్మాగారాల ఏర్పాటు.

7. సాధారణ విద్య.

8. అవసరాన్ని బట్టి పని గంటలను తగ్గించడం.

ఇలాంటి కార్యక్రమానికి ప్రజలందరూ ఖచ్చితంగా అంగీకరిస్తారు. ఈ సమయంలో ప్రజలకు చేరువ కావడమే ప్రధానం. ఒకవైపు విధించబడిన అజ్ఞానం, మరోవైపు మేధావుల ఉదాసీనత విద్యావంతులైన విప్లవకారులకు మరియు వారి అభాగ్యమైన అర్ధ-విద్యావంతుల సహచరులకు మధ్య కృత్రిమ గోడను సృష్టించాయి. విప్లవకారులు చేయాలి

గోడ కూల్చాలి. దీని కోసం క్రింది పని అవసరం-

1. కాంగ్రెస్ వేదికను సద్వినియోగం చేసుకోవడం.
2. ట్రేడ్ యూనియన్లను స్వాధీనం చేసుకోవడం మరియు మిలిటెంట్ రూపంలో కొత్త ట్రేడ్ యూనియన్లు మరియు సంస్థలను స్థాపించడం.
3. రాష్ట్రాలలో యూనియన్లను ఏర్పాటు చేయడం మరియు పైన పేర్కొన్న అంశాల ఆధారంగా వాటిని నిర్వహించడం.
4. ప్రజలకు చేరువయ్యే అవకాశం ఉన్న ప్రతి సామాజిక మరియు స్వచ్ఛంద సంస్థ (సహకార సంఘాలు కూడా)లోకి రహస్యంగా ప్రవేశించడం మరియు వాస్తవ సమస్యలు మరియు లక్ష్యాలను మరింత ముందుకు తీసుకెళ్లే విధంగా వారి చర్యలను నిర్వహించడం.
5. కళాకారులు, కార్మిక సంఘాలు మరియు మేధావుల కార్మికుల కమిటీలు ప్రతిచోటా ఏర్పాటు చేయాలి.

విద్యావంతులు, శిక్షణ పొందిన విప్లవకారులు ప్రజలకు చేరువయ్యే మార్గాలలో ఇవి కొన్ని. మరియు అక్కడికి చేరుకున్న తర్వాత, వారు మొదట ఉత్సాహంగా శిక్షణ ద్వారా తమ హక్కులను ధృవీకరించవచ్చు మరియు సమ్మెలు మరియు పనిని నిలిపివేయడం ద్వారా తీవ్రవాద పరిష్కారాలను కనుగొనవచ్చు.

## విప్లవ పార్టీ

చురుకైన విప్లవకారుల సమూహం యొక్క ప్రధాన బాధ్యత ప్రజలకు చేరువ కావడం మరియు వారిని చైతన్యవంతం చేయడం. వీరే దేశానికి పోరాట చైతన్యాన్ని అందించే దృఢ సంకల్పం. పరిస్థితులు పరిపక్వం చెందుతున్నప్పుడు,

ఈ విప్లవాత్మక మేధావుల నుండి ఒక విప్లవ పార్టీ ఏర్పడుతుంది - వీరు బూర్జువా మరియు పెటీ బూర్జువా నుండి వచ్చి కొంతకాలం ఈ తరగతి నుండి వస్తూ ఉంటారు, కానీ ఈ తరగతి సంప్రదాయాల నుండి తమను తాము వేరు చేసుకున్నారు మరింత మంది చురుకైన కార్మికులు, రైతులు మరియు చిన్న చేతివృత్తుల రాజకీయ కార్మికులు దాని చుట్టూ చేరుతూనే ఉంటారు. కానీ ప్రధానంగా ఇది విప్లవాత్మక మేధావులు, మహిళలు మరియు పురుషుల పార్టీగా ఉంటుంది, దీని ప్రధాన బాధ్యత ఒక ప్రణాళికను రూపొందించడం, దానిని అమలు చేయడం, ప్రచారం నిర్వహించడం, వివిధ సంఘాలలో పని చేయడం మరియు వారి మధ్య ఐక్యతను తీసుకురావడం, వారి ఐక్య దాడులు , సైన్యం మరియు పోలీసులను విప్లవానికి అనుకూలంగా మార్చండి మరియు వారి సహాయంతో లేదా మా ఇతర శక్తులతో, తిరుగుబాటు లేదా దాడి రూపంలో విప్లవాత్మక సంఘర్షణ పరిస్థితిని సృష్టించి, ప్రజలు తిరుగుబాటు కోసం ప్రయత్నించేలా చేయండి మరియు సమయం వచ్చినప్పుడు నిర్భయంగా నడిపించగలగాలి.

నిజానికి ఆయన ఉద్యమ మెదడు. అందుకే వారికి బలమైన పాత్ర అవసరం, అంటే చొరవ మరియు విప్లవాత్మక నాయకత్వం తీసుకునే సామర్థ్యం. వారి అవగాహన రాజకీయ, ఆర్థిక మరియు చారిత్రక సమస్యలు, సామాజిక పోకడలు, ప్రగతిశీల శాస్త్రం, కొత్త శాస్త్రీయ యుద్ధ పద్ధతులు మరియు దాని కళ మొదలైన వాటిపై లోతైన, క్రమశిక్షణతో కూడిన అధ్యయనంపై ఆధారపడి ఉండాలి. విప్లవం యొక్క మేధోపరమైన అంశం ఎల్లప్పుడూ బలహీనంగా ఉంది, అందువల్ల విప్లవం యొక్క ముఖ్యమైన విషయాలు మరియు చేసిన పని యొక్క ప్రభావంపై దృష్టి పెట్టలేదు. కాబట్టి, ఒక విప్లవకారుడు అధ్యయనం మరియు ధ్యానం తన పవిత్ర బాధ్యతగా చేయాలి.

కొన్ని ప్రత్యేక సందర్భాల్లో పార్టీ బాహాటంగా పనిచేయగలదని స్పష్టమవుతోంది. వీలైనంత వరకు పార్టీ గోప్యంగా ఉండకూడదు. దీంతో అనుమానాలు తొలగి పార్టీకి బలం చేకూరుతుంది.మీరు మరింత కీర్తి ప్రతిష్టలు పొందుతారు. పార్టీ భారీ బాధ్యతను మోయవలసి ఉంటుంది, కాబట్టి సౌలభ్యం కోసం, పార్టీని కొన్ని కమిటీలుగా విభజించవచ్చు, అవి ప్రతి ప్రాంతానికి నిర్దిష్ట పనులను చూసుకుంటాయి. ఈ పని విభజన సమయం అవసరాన్ని బట్టి అనువైనదిగా ఉండాలి లేదా సభ్యుని అవకాశాలను అంచనా వేసిన తర్వాత, అతనికి స్థానిక కమిటీలో పని ఇవ్వవచ్చు. స్థానిక కమిటీ ప్రాంతీయ బోర్డు క్రింద

మరియు బోర్డు సుప్రీం కౌన్సిల్ క్రింద ఉంటుంది. ప్రావిన్స్‌లో కమ్యూనికేషన్ యొక్క పని ప్రాంతీయ బోర్డు క్రింద ఉంటుంది. అన్ని చెల్లాచెదురైన పనులు లేదా విచ్ఛిన్నమయ్యే అంశాలు నిలిపివేయబడాలి, కానీ మరింత కేంద్రీకరణకు అవకాశం లేదు, అందుకే ఇప్పుడు కూడా ప్రయత్నించకూడదు.

అన్ని స్థానిక కమిటీలు ఒకదానితో ఒకటి సన్నిహితంగా పని చేయాలి మరియు కమిటీలో సభ్యుడు కూడా ఉండాలి. కమిటీ చిన్నదిగా, ఐక్యంగా మరియు సమర్థవంతంగా ఉండాలి మరియు డిబేట్ క్లబ్‌గా దిగజారడానికి అనుమతించకూడదు.

కాబట్టి, ప్రతి ప్రాంతంలో విప్లవ పార్టీ ఇలా ఉండాలి: -

జనరల్ కమిటీ: రిక్రూట్‌మెంట్, సైన్యంలో ప్రచారం, సాధారణ విధానం, సంస్థ, ప్రజా సంస్థలలో పరిచయం - (అనుబంధం ).

బి. ఫైనాన్స్ కమిటీ: కమిటీలో మహిళా సభ్యుల సంఖ్య ఎక్కువగా ఉండవచ్చు. ఈ కమిటీకి చాలా కష్టమైన పని ఉంది, కాబట్టి ప్రతి ఒక్కరూ ఓపెన్ హార్ట్‌తో దీనికి సహాయం చేయాలి. నిధుల మూలాలు ప్రాధాన్యత ప్రకారం ఉండాలి - స్వచ్ఛంద విరాళాలు, బలవంతపు విరాళాలు (ప్రభుత్వ సొమ్ము), విదేశీ పెట్టుబడిదారులు లేదా బ్యాంకులు, విదేశాల్లో నివసిస్తున్న వారి స్వదేశీ వ్యక్తిగత ఆస్తులను జప్తు చేయడం లేదా అక్రమార్జన (చివరి రెండు మా విధానానికి విరుద్ధమైనవి. మరియు పార్టీలు హాని కలిగిస్తాయి, కాబట్టి వాటిని ఎక్కువగా ప్రచారం చేయకూడదు.)యాక్షన్ కమిటీ: దీని రూపం - విధ్వంసం, ఆయుధాల సేకరణ మరియు తిరుగుబాటులో శిక్షణ కోసం ఒక రహస్య కమిటీ.

గ్రూప్ ) - యువకులు: శత్రువుల వార్తలను సేకరించడం, స్థానిక సైనిక సర్వే. గ్రూప్ (బి) - స్పెషలిస్ట్: ఆయుధ సేకరణ, సైనిక శిక్షణ మొదలైనవి.

డి. మహిళా కమిటీ: స్పష్టంగా స్త్రీ, పురుషుల మధ్య వివక్ష లేనప్పటికీ, భద్రత మరియు సౌలభ్యం కోసం పార్టీకి దాని సభ్యుల పూర్తి బాధ్యతను నిర్వర్తించే అటువంటి కమిటీ అవసరం. అతనికి ఫైనాన్స్ కమిటీ యొక్క మొత్తం బాధ్యతను అప్పగించవచ్చు మరియు చాలా వరకు జనరల్ కమిటీ పనిని కూడా ఇవ్వవచ్చు. మహిళలను విప్లవకారులను చేయడం మరియు ప్రత్యక్ష సేవ కోసం వారిలో నుండి క్రియాశీల సభ్యులను నియమించడం.

పైన పేర్కొన్న కార్యక్రమం నుండి విప్లవం లేదా స్వాతంత్ర్యం అని నిర్ధారించడం సాధ్యమవుతుంది దీనికి సత్వరమార్గం లేదు. 'ఆమె మాకు తెల్లవారుజామున

110

అందమైన మహిళలా కనిపించింది ఇవ్వను' అని ఇలా జరిగితే అది చాలా దురదృష్టకరమైన రోజు అవుతుంది. ఏ ప్రాథమిక పని లేకుండా మిలిటెంట్ ప్రజలు లేకుండా మరియు ఏ పార్టీ లేకుండా, (విప్లవం) అన్ని విధాలుగా సిద్ధమైతే, కాబట్టి అది వైఫల్యం అవుతుంది. అందుకే మనల్ని మనం షేక్ చేసుకోవాలి. మేము దీనిని ఎల్లప్పుడూ గుర్తుంచుకుంటాము పెట్టుబడిదారీ వ్యవస్థ శిథిలమై విధ్వంసం దిశగా పయనిస్తోందని గుర్తుంచుకోవాలి. రెండు లేదంటే మూడేళ్లలో నాశనం అయిపోవచ్చు. ఈ రోజు కూడా మా బలం చెల్లాచెదురుగా మిగిలిపోయింది

మరియు విప్లవ శక్తులు ఏకమై ఎదగలేకపోతే, అటువంటి సంక్షోభం తలెత్తుతుంది నిర్వహించడానికి సిద్ధంగా ఉండదు. మేము ఈ హెచ్చరికను మరియు రెండు లేదా మూడు అంగీకరిస్తాము సంవత్సరంలో విప్లవం దిశగా ముందుకు వెళ్లేందుకు ప్రణాళిక రూపొందించుకోండి

(ఫిబ్రవరి, 1931)

# నేను ఎందుకు నాస్తికుడిని
# (ఫిబ్రవరి, 1931)

*ఈ వ్యాసం భగత్ సింగ్ జైలులో ఉన్నప్పుడు వ్రాసారు మరియు ఇది సెప్టెంబర్ 27, 1931న లాహోర్ వార్తాపత్రిక "ది పీపుల్"లో ప్రచురించబడింది. ఈ వ్యాసంలో, భగత్ సింగ్ భగవంతుని ఉనికిపై అనేక తార్కిక ప్రశ్నలను లేవనెత్తాడు మరియు ఈ ప్రపంచం యొక్క సృష్టి గురించి, మనిషి పుట్టుక గురించి, మనిషి మనస్సులో దేవుని ఊహతో పాటు ప్రపంచంలోని మనిషి యొక్క నీచత్వం గురించి చర్చించాడు. దోపిడీ, ప్రపంచంలో ప్రబలంగా ఉన్న అరాచకం మరియు వర్గ వివక్ష పరిస్థితులు కూడా విశ్లేషించబడ్డాయి. భగత్ సింగ్ రచనలలో ఇది చాలా చర్చించబడిన భాగాలలో ఒకటి. స్వాతంత్ర్య సమరయోధుడు బాబా రణధీర్ సింగ్ 1930-31 మధ్య లాహోర్ సెంట్రల్ జైలులో బంధించబడ్డాడు. భగత్‌సింగ్‌కు దేవుడిపై నమ్మకం లేదని తెలిసి చాలా బాధపడ్డ మతస్థుడు. అతను ఎలాగోలా భగత్ సింగ్ చెరసాల వద్దకు చేరుకుని, భగవంతుడు ఉన్నాడని అతనిని ఒప్పించడానికి ప్రయత్నించాడు. విఫలమైనప్పుడు, బాబా కోపంతో ఇలా అన్నారు, "కీర్తి మీ మనస్సును పాడు చేసింది మరియు మీరు అహంభావంతో ఉన్నారు, అది మీకు మరియు దేవునికి మధ్య నల్ల తెరలా ఉంది. ఈ వ్యాఖ్యకు ప్రతిస్పందిస్తూ భగత్ సింగ్ ఈ కథనాన్ని రాశారు.*

అనే కొత్త ప్రశ్న తలెత్తింది. సర్వశక్తిమంతుడు, సర్వవ్యాపి మరియు సర్వజ్ఞుడైన భగవంతుని ఉనికిని విశ్వసించనందుకు నేను గర్వించానా? నా స్నేహితులు కొందరు-బహుశా నేను ఇలా చెప్పడం ద్వారా వారిపై ఎక్కువగా విధించడం లేదు-నాతో వారి సంక్షిప్త పరిచయంలో, నేను దేవుని ఉనికిని తిరస్కరించడంలో కొంచెం దూరం వెళ్తున్నానని మరియు నా కొందరికి అహంకారం నన్ను ఈ అపనమ్మకానికి రెచ్చగొట్టింది. నేను మానవ బలహీనతల కంటే చాలా ఉన్నతమైనవాడినని గొప్పగా చెప్పకోను. నేను మనిషిని, అంతకు మించి ఏమీ లేదు. అంతకంటే ఎక్కువ దావా వేయలేరు. ఈ బలహీనత నాలోనూ ఉంది. అహం కూడా నా స్వభావంలో ఒక భాగం.

నా సహచరులలో నన్ను నిరంకుశుడు అని పిలిచేవారు. నా స్నేహితుడు మిస్టర్ బతుకేశ్వర్ కూడా కుమార్ దత్ కూడా అప్పుడప్పుడు నన్ను ఇలాగే పిలిచేవాడు. స్వయం సంకల్పంతో నన్ను చాలా సందర్భాల్లో విమర్శించారు.

కూడా జరిగింది. కొంతమంది స్నేహితులు నాకు తెలియకుండానే ఫిర్యాదు చేశారని మరియు తీవ్రంగా ఫిర్యాదు చేశారు

నేను నా ఆలోచనలను వారిపై విధించాను మరియు నా ప్రతిపాదనలను ఆమోదించాను. ఇది కొంత వరకుసరైనది. నేను దీనిని కాదనను. దీన్నే అహం అనవచ్చు. ఇతరుల వరకు జనాదరణ పొందిన అభిప్రాయాలతో పోలిస్తే ఇది మా స్వంత అభిప్రాయానికి సంబంధించిన ప్రశ్న. నా అభిప్రాయం పట్ల నేను ఖచ్చితంగా గర్వపడుతున్నాను. ఉంది. కానీ అది వ్యక్తిగతం కాదు. ఇది మీ విశ్వాసం కోసం మాత్రమే కావచ్చు

సమర్థించబడిన అహంకారం ఉండాలి మరియు దానిని అహంకారం అని పిలవలేము. అహంకారం తనకు తానుగా అన్యాయం చేస్తుంది అహంకారం పుష్కలంగా ఉంది. అసమంజసమైన అహంకారమే నన్ను నాస్తికత్వం వైపు నడిపించింది? లేదా ఈ అంశాన్ని చాలా జాగ్రత్తగా అధ్యయనం చేసి, దాని గురించి చాలా ఆలోచించిన తర్వాత

నేను దేవుడిని నమ్మని తర్వాత? భగవంతుడిని విశ్వసించే వ్యక్తికి అనవసరమైన గర్వం లేదా వ్యర్థం ఎలా అడ్డు రాగలదో అర్థం చేసుకోవడంలో నేను పూర్తిగా విఫలమయ్యాను? నేను నిజంగా గొప్ప వ్యక్తి యొక్క గొప్పతనాన్ని గుర్తించకూడదు - నేను కూడా కొంత కీర్తిని పొందినట్లయితే మాత్రమే ఇది జరుగుతుంది, దానికి నేను అర్హుడిని కాదు లేదా దానికి అవసరమైన లక్షణాలు నాకు లేవు. ఇది కూడా అర్థమవుతుంది. అయితే భగవంతుడిని నమ్మే వ్యక్తి తన వ్యక్తిగత అహం కారణంగా అకస్మాత్తుగా అతనిని నమ్మడం మానేయడం ఎలా సాధ్యమవుతుంది? రెండు మార్గాలు మాత్రమే సాధ్యం. మనిషి తనను తాను దేవునికి ప్రత్యర్థిగా భావించడం ప్రారంభించాడు లేదా తనను తాను దేవుడిగా భావించడం ప్రారంభిస్తాడు. ఈ రెండు పరిస్థితుల్లోనూ అతడు నిజమైన నాస్తికుడు కాలేడు. మొదటి దశలో అతను తన ప్రత్యర్థి ఉనికిని తిరస్కరించడు. రెండవ దశలో కూడా, అతను తెర వెనుక నుండి ప్రకృతి యొక్క అన్ని కార్యకలాపాలను నిర్వహించే స్పృహ ఉనికిని నమ్ముతాడు. ఆ సర్వశక్తిమంతుడైన పరమాత్మ ఉనికిని నేను నిరాకరిస్తున్నాను. నాస్తికత్వ సిద్ధాంతాన్ని అంగీకరించడానికి నన్ను ప్రేరేపించింది

అహం కాదు. నేను ప్రత్యర్థిని కాదు, అవతారాన్ని కాదు, దేవుణ్ణి కూడా కాదు. ఈ ఆరోపణను తిరస్కరించడానికి వాస్తవాలను చూద్దాం. నా స్నేహితుల అభిప్రాయం ప్రకారం, ఢిల్లీ బాంబు కేసు మరియు లాహోర్ కుట్ర కేసుల సమయంలో నాకు లభించిన అనవసరమైన కీర్తి కారణంగా నేను వ్యర్థంగా మారాను.

నా నాస్తికత్వం ఇటీవలి మూలం కాదు. నేను జనాదరణ లేని యువకుడిగా ఉన్నప్పుడు దేవుణ్ణి నమ్మడం మానేశాను. కనీసం ఒక కళాశాల విద్యార్థి తనని నాస్తికత్వం వైపు నడిపించే ఎలాంటి అనవసరమైన అహాన్ని పెంచుకోలేడు. కొంతమంది టీచర్లకు నేనంటే అభిమానం, మరికొందరు నన్ను ఇష్టపడలేదు. కానీ నేనెప్పుడూ చాలా కష్టపడి చదివే విద్యార్థిని కాదు. అహం వంటి భావాలలో చిక్కుకునే అవకాశం లేకపోలేదు. నేను చాలా పిరికి పిల్లవాడిని, అతని భవిష్యత్తు గురించి కొంత నిరాశావాది. నా బాబా ప్రభావంతో నేను పెరిగాను, సనాతన ఆర్యసమాజిస్టు. ఆర్యసమాజిస్టు ఏమైనప్పటికీ, అతను నాస్తికుడు కాదు. నా ప్రాథమిక విద్య పూర్తయ్యాక డి.ఎ. V. స్కూల్, లాహోర్ మరియు ఒక సంవత్సరం మొత్తం దాని హాస్టల్‌లో ఉన్నారు. అక్కడ ఉదయం, సాయంత్రం ప్రార్థనలే కాకుండా గంటల తరబడి గాయత్రీ మంత్రం జపించేవాడు. ఆ రోజుల్లో నేను పూర్తి భక్తుడిని. తర్వాత నాన్నతో కలిసి జీవించడం మొదలుపెట్టాను. మతపరమైన సనాతన ధర్మానికి సంబంధించినంతవరకు, అతను ఉదారవాద వ్యక్తి. ఆయన బోధనలే నా జీవితాన్ని స్వాతంత్ర్యం కోసం అంకితం చేసేలా ప్రేరేపించాయి. కానీ అతను నాస్తికుడు కాదు.

అతనికి దేవుడి మీద గట్టి నమ్మకం. ప్రతిరోజూ ప్రార్థన చేయమని నన్ను ప్రోత్సహించేవారు. నేను ఇలా పెరిగాను. సహాయ నిరాకరణ ఉద్యమం జరుగుతున్న రోజుల్లో నేషనల్ కాలేజీలో అడ్మిషన్ తీసుకున్నారు. ఇక్కడికి వచ్చిన తర్వాతనే నేను అన్ని మతపరమైన సమస్యల గురించి - భగవంతుని ఉనికి గురించి కూడా ఉదారంగా ఆలోచించడం, ప్రతిబింబించడం మరియు విమర్శించడం ప్రారంభించాను. కానీ నేను ఇప్పటికీ దృఢమైన నమ్మకంతో ఉన్నాను. అప్పటి వరకు నేను నా జుట్టు పొడవుగా ఉంచుకున్నాను. నేను సిక్కు లేదా ఇతర మతాల పురాణాలు మరియు సూత్రాలను ఎప్పుడూ నమ్మలేకపోయాను. కానీ నాకు దేవుడి ఉనికి మీద గట్టి నమ్మకం ఉండేది. తదుపరిది విధేయత. తర్వాత నేను విప్లవ పార్టీలో చేరాను. అక్కడ నాకు పరిచయం ఏర్పడిన మొదటి నాయకుడు, దృఢ విశ్వాసం లేకపోయినా, భగవంతుని ఉనికిని తిరస్కరించే ధైర్యం చేయలేకపోయాడు. నేను

దేవుడి గురించి మొండిగా అడుగుతున్నప్పుడు, "మీకు అనిపించినప్పుడల్లా పూజ చేయండి" అని చెప్పేవాడు. ఇది నాస్తికత్వం, ఇది ధైర్యం లేనిది. నాకు పరిచయం ఉన్న మరో నాయకుడు, ఒక గట్టి భక్తుడు, గౌరవనీయమైన కామ్రేడ్ సచీంద్ర నాథ్ సన్యాల్, ప్రస్తుతం కాకోరి కుట్ర కేసులో జీవిత ఖైదును అనుభవిస్తున్నాడు. ఆయన రాసిన 'బందీ జీవితం' అనే గ్రంథం భగవంతుని మహిమను గొప్పగా కీర్తిస్తుంది. అందులో అతను ఆధ్యాత్మిక వేదాంత కారణంగా భగవంతునిపై ప్రశంసల వర్షం కురిపించాడు. జనవరి 28, 1925న భారతదేశమంతటా పంపిణీ చేయబడిన 'ది రివల్యూషనరీ' కరపత్రం అతని మేధో కృషి ఫలితం. అతనిలో సర్వశక్తిమంతుడు మరియు అతని లీల మరియు

పనులకు ప్రశంసలు లభించాయి. విప్లవ పార్టీలో కూడా దేవుడిపై నాకున్న అపనమ్మక భావన వికసించలేదు. కాకోరిలోని నలుగురు అమరవీరులు తమ చివరి రోజులను శ్లోకాలు మరియు ప్రార్థనలలో గడిపారు. రామ్ ప్రసాద్ 'బిస్మిల్' ఒక సనాతన ఆర్య సమాజిస్ట్. సోషలిజం మరియు కమ్యూనిజంలో తన విస్తృత అధ్యయనాలు ఉన్నప్పటికీ, లహ్రీ ఉపనిషత్ మరియు గీతా పద్యాలను పఠించాలనే కోరికను రాజేన్ అణచివేయలేకపోయాడు. వారందరిలో ఎప్పుడూ ప్రార్థించని ఒక వ్యక్తిని మాత్రమే నేను చూశాను మరియు ఇలా అన్నాడు: "తత్వశాస్త్రం మనిషి యొక్క బలహీనత నుండి లేదా జ్ఞానం యొక్క పరిమితి నుండి పుడుతుంది. జీవితకాల ప్రవాస శిక్షను కూడా ఎదుర్కొంటున్నాడు. కానీ అతను దేవుని ఉనికిని తిరస్కరించడానికి ఎప్పుడూ సాహసించలేదు. ఇప్పటి వరకు నేను రొమాంటిక్ ఆదర్శవాద విప్లవకారుడిని మాత్రమే. ఇప్పటి వరకు మనం ఇతరులను అనుసరించేవాళ్ళం. ఇప్పుడు నా భుజస్కంధాలపై బాధ్యత తీసుకోవాల్సిన సమయం వచ్చింది. ఇది నా విప్లవ జీవితంలో నిర్ణయాత్మక అంశం.

ప్రత్యర్థులు వేసే వాదనలను సమర్థంగా ఎదుర్కొనేందుకు చదువు - చదువు అనే పిలుపు నా మనసులోని కారిడార్లలో ప్రతిధ్వనిస్తోంది. మీ అభిప్రాయానికి అనుకూలంగా వాదించగలిగేలా చదవండి. రొమాన్స్ చదవడం మొదలుపెట్టాను. ఇది నా పాత ఆలోచనలు మరియు నమ్మకాలను అద్భుతంగా మెరుగుపరిచింది. రొమాన్స్ స్థానంలో తీవ్రమైన ఆలోచనలు వచ్చాయి. ఇక ఆధ్యాత్మికత, మూఢ నమ్మకాలు లేవు. వాస్తవికత మనకు ఆధారమైంది. ప్రపంచ విప్లవం యొక్క అనేక ఆదర్శాల గురించి చదవడానికి నాకు చాలా అవకాశం లభించింది. నేను అరాచక నాయకుడు బకునిన్, కొంతమంది మార్క్స్, కమ్యూనిజం పితామహుడు, కానీ

ఎక్కువగా లెనిన్, ట్రోత్స్కీ మరియు వారి దేశాలలో విజయవంతంగా విప్లవం తెచ్చిన ఇతరులను చదివాను. వారందరూ నాస్తికులు. తర్వాత నిరాలాంబ స్వామి గారి 'సహజ్ జ్ఞాన్' పుస్తకం నా దృష్టికి వచ్చింది. అందులో ఆధ్యాత్మిక నాస్తికత్వం ఉండేది. 1926 చివరి నాటికి విశ్వాన్ని సృష్టించి, నిర్దేశించి, పరిపాలించే సర్వశక్తిమంతుడైన పరమాత్మ యొక్క ఆలోచన కేవలం అర్థంలేనిదని నేను నమ్మాను. నా అవిశ్వాసం వ్యక్తం చేశాను. నేను ఈ అంశంపై నా స్నేహితులతో చర్చించాను. నేను నాస్తికుడిగా ప్రకటించబడ్డాను.

మే 1927లో లాహోర్‌లో నన్ను అరెస్టు చేశారు. రైల్వే పోలీస్ లాకప్‌లో నెల రోజులు గడపాల్సి వచ్చింది. కాకోరీ బృందంపై విచారణ జరుగుతున్నప్పుడు నేను లక్నోలో ఉన్నానని, వారిని రక్షించేందుకు కొంత ప్రణాళికను చర్చించానని, వారి అంగీకారం పొందిన తర్వాత కొన్ని బాంబులు తీసుకున్నామని, 1927లో దసరా సందర్భంగా ఆ సందర్భంగా పోలీసు అధికారులు చెప్పారు. ఇందులో, విప్లవ పార్టీ కార్యకలాపాలను వెలుగులోకి తెస్తూ నేను ఒక ప్రకటన చేస్తే, నన్ను అరెస్టు చేయనని పరీక్షించడానికి ఆ బాంబులలో ఒకటి గుంపుపైకి విసిరారు.

మరియు అందుకు విరుద్ధంగా, నన్ను కోర్టులో ఇన్‌ఫార్మర్‌గా హాజరుపరచకుండా విడుదల చేసి బహుమతి ఇస్తారు. ఈ ప్రతిపాదనకు నేను నవ్వాను. ఇదంతా పనికిరాని మాటలు. మనలాంటి ఆలోచనలు ఉన్నవారు మన అమాయక ప్రజలపై బాంబులు వేయరు. ఒకరోజు ఉదయం, CID సీనియర్ సూపరింటెండెంట్ Mr. న్యూమాన్, నేను అలాంటి స్టేట్‌మెంట్ ఇవ్వకపోతే, కాకోరి కేసు మరియు దసరా అల్లర్లలో క్రూరమైన హత్యలకు సంబంధించి తిరుగుబాటును ప్రేరేపించడానికి కుట్ర పన్నినందుకు నేను విచారణను ఎదుర్కోవలసి వస్తుంది అని అన్నారు. నన్ను శిక్షించడానికి మరియు ఉరి తీయడానికి వారి దగ్గర సరైన ఆధారాలు ఉన్నాయి. ఆ రోజు నుండి, కొంతమంది పోలీసు అధికారులు నియమం ప్రకారం రెండుసార్లు దేవుణ్ణి స్తుతించమని నన్ను మభ్యపెట్టడం ప్రారంభించారు. కానీ ఇప్పుడు నేను నాస్తికుడిని.

శాంతి సంతోషాల సమయాల్లో మాత్రమే నేను నాస్తికుడనని గొప్పగా చెప్పుకోవాలా లేక కష్ట సమయాల్లో కూడా ఆ సూత్రాలకు కట్టుబడి ఉండగలనా అని నేనే నిర్ణయించుకోవాలనుకున్నాను. చాలా ఆలోచించిన తరువాత, నేను దేవుడిని ఏ విధంగానూ నమ్మలేనని మరియు ప్రార్థించలేనని నిర్ణయించుకున్నాను. లేదు, నేను ఒక్క క్షణం కూడా చేయలేదు. ఇది నిజమైన పరీక్ష మరియు నేను

పాసయ్యాను. ఇప్పుడు నేను గట్టి అవిశ్వాసిని మరియు అప్పటినుండి ఉన్నాను. ఈ పరీక్షలో ఉత్తీర్ణత సాధించడం అంత తేలికైన విషయం కాదు. 'విశ్వాసం' బాధను తేలిక చేస్తుంది. వాటిని తియ్యగా కూడా చేయవచ్చు. దేవునిలో మానవుడు గొప్ప ఓదార్పు యొక్క ఆధారాన్ని కనుగొనగలడు. అతను లేకుండా మనిషి తనపై ఆధారపడవలసి ఉంటుంది. తుఫాను మరియు తుఫాను మధ్య మీ పాదాలపై ఉండటం పిల్లల ఆట కాదు. ఈ పరీక్ష సమయాల్లో ఏదైనా అహం ఉంటే, అది ఆవిరైపోతుంది మరియు అతని విశ్వాసాన్ని తిరస్కరించే ధైర్యం ఒక వ్యక్తికి ఉండదు. అతను అలా చేస్తే, అది అతనికి అహం కాదు మరియు మరొక శక్తి ఉందని నిర్ధారణకు దారితీస్తుంది. నేడు పరిస్థితి సరిగ్గా అలాగే ఉంది. ఈ నిర్ణయంపై పూర్తి వివరాలు తెలియాల్సి ఉంది. ఒక వారం రోజుల్లో నేను ఒక లక్ష్యం కోసం నా జీవితాన్ని త్యాగం చేయబోతున్నాను అని ప్రకటించబడుతుంది. ఈ ఆలోచన కంటే ఓదార్పు ఏముంటుంది? భగవంతుడిని విశ్వసించే హిందువు పునర్జన్మపై రాజు కావాలని ఆశించవచ్చు. ఒక ముస్లిం లేదా క్రైస్తవుడు స్వర్గంలో శ్రేయస్సు యొక్క ఆనందాన్ని మరియు అతని బాధలు మరియు త్యాగాలకు ప్రతిఫలాన్ని ఊహించగలడు. కానీ నేను ఏమి ఆశించాలి? నా మెడలో తాడు వేసి, నా పాదాల క్రింద నుండి ప్లాంక్ తొలగించబడిన క్షణం, అది పూర్తిగా ఆగిపోతుందని నాకు తెలుసు - అదే చివరి క్షణం. నేను లేదా నా ఆత్మ అంతా అక్కడ నశించిపోతుంది. ఇంకేమీ ఉండదు. అటువంటి అద్భుతమైన ముగింపు లేని చిన్న పోరాట జీవితం దానికదే ప్రతిఫలంగా ఉంటుంది - నేను దానిని ఆ విధంగా చూసే ధైర్యం ఉంటే. ఇక్కడ ఎలాంటి స్వార్థం లేక

ఇకమీదట, ప్రతిఫలం కోసం కోరిక లేకుండా, నేను ఇంకేమీ చేయలేనందున, నేను నిరాసక్తంగా, స్వేచ్ఛ కోసం నా జీవితాన్ని అంకితం చేసాను. మనిషి సేవకు, కష్టాల్లో కూరుకుపోయిన మానవాళికి మోక్షానికి తప్ప మరేదైనా తమ జీవితాలను అంకితం చేయలేని ఈ మనస్తత్వం గల అనేక మంది స్త్రీ పురుషులు మనకు కనిపిస్తే, ఆ రోజు విముక్తి యుగానికి నాంది అవుతుంది. దోపిడీదారులు, అణచివేతలు మరియు అణచివేతదారులను సవాలు చేయడానికి వారు స్ఫూర్తిని పొందుతారు. అతను రాజు కావాలని లేదా ఇక్కడ లేదా తదుపరి జీవితంలో లేదా మరణానంతరం స్వర్గంలో మరేదైనా బహుమతిని పొందాలని కోరుకోవడం వల్ల కాదు. వారు మానవత్వం యొక్క మెడ నుండి బానిసత్వం యొక్క కాడిని విసిరి, విముక్తి మరియు శాంతిని స్థాపించడానికి ఈ మార్గాన్ని అనుసరించాలి. వారు

తమకే ప్రమాదకరం కాని వారి గొప్ప ఆత్మకు మాత్రమే ఊహించదగిన మార్గాన్ని అనుసరిస్తారా? ఈ గొప్ప కారణం పట్ల అతని గర్వం అహంకారంగా తప్పగా అర్థం చేసుకోబడుతుందా? ఇలాంటి ద్వేషపూరిత పదాలు చెప్పే ధైర్యం ఎవరికి ఉంటుంది? అతను మూర్ఖుడు లేదా మోసపూరిత వ్యక్తి. మనం అతన్ని క్షమించాలి, ఎందుకంటే అతను ఆ హృదయంలో తలెత్తే ఉన్నతమైన ఆలోచనలు, భావాలు, ప్రేరణలు మరియు వాటి లోతును గ్రహించలేడు. అతని హృదయం మాంసం ముక్కలా చచ్చిపోయింది. ఇతర అభిరుచుల దెయ్యాల నీడ వాటిపై పడి అతని కళ్ళు బలహీనంగా మారాయి. ఆత్మవిశ్వాసాన్ని కలిగి ఉండే గుణాన్ని ఎప్పుడూ అహంకారంగా పేర్కొనవచ్చు. ఇది విచారంగా మరియు బాధించేది, కానీ ఎంపిక ఏమిటి?

విమర్శ మరియు స్వతంత్ర ఆలోచన రెండూ విప్లవకారుని యొక్క ముఖ్యమైన లక్షణాలు. ఎందుకంటే మన పూర్వీకులు ఏదో ఒక పరమాత్మపై విశ్వాసం కలిగి ఉన్నారు. కాబట్టి, ఆ విశ్వాసం యొక్క సత్యాన్ని లేదా పరమాత్మ ఉనికిని సవాలు చేసే ఏ వ్యక్తినైనా మతవిశ్వాసి మరియు ద్రోహి అని పిలుస్తారు. అతని వాదనలు వాదంతో కొట్టిపారేయలేనంతగా తిరుగులేనివిగా ఉండి, భగవంతుని ఆగ్రహానికి గురైన విపత్తుల భయంతో అణచివేయలేని విశ్వాసం బలంగా ఉంటే, అతను వ్యర్థం అని విమర్శిస్తాడు. నన్ను నాస్తికత్వం వైపు నడిపించింది నా అహం కాదు. నా వాదనా పద్ధతి సంతృప్తికరంగా ఉందా లేదా అనేది నా పాఠకులే నిర్ణయించుకోవాలి, నా కోసం కాదు. భగవంతునిపై విశ్వాసం ఈ రోజు నా జీవితాన్ని సులభతరం చేసి నా భారాన్ని తేలికగా చేసేదని నాకు తెలుసు. ఆయనపై నాకున్న అపనమ్మకం మొత్తం వాతావరణాన్ని చాలా పొడిగా చేసింది. కొంచెం మార్మికత దానిని కవిత్వీకరించగలదు. కానీ నా విధికి ఏ హిస్టీరియా మద్దతు అవసరం లేదు. నేను వాస్తవికంగా ఉన్నాను. నేను హేతువు సహాయంతో అంతర్గత స్వభావాన్ని జయించాలనుకుంటున్నాను. ఈ లక్ష్యంలో నేను ఎప్పుడూ విజయం సాధించలేదు. మనిషిని ప్రయత్నించండి

ఇది విధి విజయం అవకాశం మరియు పర్యావరణంపై ఆధారపడి ఉంటుంది. ఏ మానవుడు, ఎవరిలోఅతను కొద్దిగా హేతుబద్ధమైన శక్తిని కలిగి ఉన్నాడు, అతను తన వాతావరణాన్ని తార్కికంగా అర్థం చేసుకోవాలనుకుంటున్నాడు. ఎక్కడప్రత్యక్ష సాక్ష్యం లేదు, తత్వశాస్త్రం యొక్క ప్రాముఖ్యత ఉంది. మన పూర్వీకులు తమ విశ్రాంతి సమయాన్ని గడిపినప్పుడుప్రపంచం యొక్క రహస్యాన్ని

అర్థం చేసుకోవడానికి, దాని గతం, వర్తమానం మరియు భవిష్యత్తు, ఎందుకు మరియు ఎక్కడ ఉన్నాయి.

ప్రత్యక్ష ఫలితాలు లేకపోవడంతో, ప్రతి ఒక్కరూ ఈ ప్రశ్నలను వారి స్వంతంగా అడిగారుసక్రమంగా పరిష్కరించబడింది. వివిధ మత విశ్వాసాలలో మనకు చాలా తేడా కనిపించడానికి ఇదే కారణం.ఇది కొన్నిసార్లు శత్రుత్వం మరియు తగాదాల రూపాన్ని తీసుకుంటుంది. తూర్పు మరియు పడమర మాత్రమే కాదుతత్వాలలో వ్యత్యాసాలు ఉన్నాయి, బదులుగా ప్రతి అర్ధగోళంలో దాని స్వంత తేడాలు ఉన్నాయి.

తూర్పు, ఇస్లాం మరియు హిందూ మతాల మధ్య సారూప్యత లేదు. భారతదేశంలోనే, బౌద్ధమతం మరియుజైనమతం బ్రాహ్మణిజం నుండి చాలా భిన్నంగా ఉంటుంది, దీనిలో ఆర్యసమాజ్ మరియు సనాతన ధర్మం వంటి వారు తమను తాము ఇష్టపడతారువ్యతిరేక అభిప్రాయాలు కనిపిస్తాయి. ప్రాచీన కాలంలో స్వతంత్ర ఆలోచనాపరుడు చార్వాకుడు. అతను దేవుడు

పురాతన కాలంలోనే సవాలు చేయబడింది. ప్రతి వ్యక్తి తనను తాను సరైనదిగా భావిస్తాడు. దురదృష్టకరమైన విషయంగత ఆలోచనాపరుల అనుభవాలు మరియు ఆలోచనలను భవిష్యత్తులో అజ్ఞానానికి వ్యతిరేకంగా రక్షణగా ఉపయోగించుకునే బదులు, యుద్ధానికి స్థావరం నిర్మించే తీరిక లేదని నిరూపించుకున్న వారి మాటలు

వారు అతనిపై మరియు తద్వారా మానవత్వంపై అచంచలమైన మరియు నిస్సందేహమైన విశ్వాసం కోసం ఏడుస్తూ ఉంటారు

భారతదేశ అభివృద్ధిని అడ్డుకున్నందుకు దోషులు.

కళ్ళు 126లో 108

కేవలం నమ్మకం మరియు గుడ్డి విశ్వాసం ప్రమాదకరం. ఇది మెదడును మూర్ఖంగా మరియు మనిషిని ప్రతిచర్యగా చేస్తుంది. వాస్తవికవాదిగా చెప్పకునే వ్యక్తి అన్ని ప్రాచీన సనాతన విశ్వాసాలను సవాలు చేయవలసి ఉంటుంది. ప్రబలమైన అభిప్రాయాలను లాజిక్ పరీక్షలో పరీక్షించవలసి ఉంటుంది. లాజిక్ ధాటికి తట్టుకోలేకపోతే ముక్కలైపోతారు. అప్పడు, కొత్త తత్వాన్ని స్థాపించడానికి, వాటిని పూర్తిగా పడగొట్టాలి మరియు ఖాళీని ఖాళీ చేయాలి మరియు పాత నమ్మకాలలోని కొన్ని అంశాలను ఉపయోగించి పునర్నిర్మాణం చేయాలి. పురాతన నమ్మకాల యొక్క దృఢత్వాన్ని ప్రశ్నించడంలో నాకు నమ్మకం ఉంది. ప్రకృతి యొక్క కదలికను నిర్దేశించే మరియు నియంత్రించే స్పృహతో

కూడిన పరమాత్మ ఉనికిలో లేడని నాకు పూర్తి నమ్మకం ఉంది. మేము ప్రకృతిని నమ్ముతాము మరియు అన్ని ప్రగతిశీల ఉద్యమాల లక్ష్యం మనిషి తన స్వంత సేవ కోసం ప్రకృతిని జయించడమే. దానికి దిశానిర్దేశం చేయడం వెనుక చేతన శక్తి లేదు. ఇది మన తత్వశాస్త్రం. మేము ఆస్తికులను కొన్ని ప్రశ్నలు అడగాలనుకుంటున్నాము.

విశ్వాన్ని సృష్టించిన సర్వశక్తిమంతుడు, సర్వవ్యాపి మరియు సర్వజ్ఞుడైన దేవుడు ఉన్నాడని మీరు విశ్వసిస్తే, అతను దానిని ఎందుకు సృష్టించాడో దయచేసి నాకు చెప్పండి? బాధలు మరియు బాధలతో నిండిన ప్రపంచం - అనంతమైన అసంఖ్యాక దుఃఖాల కలయికతో బాధపడుతోంది!

ఒక్క వ్యక్తి కూడా పూర్తిగా సంతృప్తి చెందడు. ఇది ఆయన రూల్ అని దయచేసి అనకండి. అతను ఏదైనా నియమాలకు కట్టుబడి ఉంటే, అతను సర్వశక్తిమంతుడు కాదు. మనలాగే అతను కూడా నిబంధనలకు బానిస. దయచేసి ఇది అతని వినోదం అని కూడా అనకండి. నీరో అప్పడే రోమ్‌ను తగలబెట్టాడు. అతను చాలా తక్కువ సంఖ్యలో ప్రజలను చంపాడు. అతను తన స్వంత వినోదం కోసం చాలా తక్కువ బాధలను సృష్టించాడు. మరియు చరిత్రలో దాని స్థానం ఏమిటి? చరిత్రకారులు ఆయనను ఏ పేరుతో పిలుస్తారు? విషపూరితమైన వర్ణనాలన్నీ అతనిపై విసురుతున్నాయి. నీరోను హృదయం లేని, క్రూరమైన, దుర్మార్గునిగా ఖండిస్తూ అతని ఖండన మాటలతో పేజీలు నల్లబడ్డాయి. చెంఘిజ్ ఖాన్ తన ఆనందం కోసం కొన్ని వేల మంది ప్రాణాలను తీసుకున్నాడు మరియు ఈ రోజు మనం అతని పేరును ద్వేషిస్తున్నాము. అప్పుడు మీరు మీ దేవుణ్ణి ఎలా సమర్థిస్తారు? ప్రతి రోజూ, ప్రతి గంట, ప్రతి నిమిషానికి లెక్కలేనన్ని బాధలు ఇస్తూనే ఉన్నాడు, ఇస్తూనే ఉన్నాడు ఆ శాశ్వత నీరోకి. అలాంటప్పుడు ప్రతి క్షణం చెంఘిజ్ ఖాన్ కంటే గొప్పగా ఉండే అతని అకృత్యాలను ఎలా సమర్థించాలని మీరు అనుకుంటున్నారు?

ఈ అమాయక బాధితులకు ప్రతిఫలం ఇవ్వడానికి మరియు తప్పు చేసిన వారిని శిక్షించడానికి ఇదంతా తరువాత జరుగుతుందా? సరే, సరే. ఆ తర్వాత మెత్తగా మరియు సౌకర్యవంతమైన లేపనాన్ని పూయడం కోసం మా శరీరంపై గాయాలు వేయడానికి ధైర్యం చేసే వ్యక్తిని మీరు ఎంతకాలం సమర్థిస్తారు? గ్లాడియేటర్ ఇన్‌స్టిట్యూషన్ నిర్వాహకులు ఆకలితో ఉన్న క్రూరమైన సింహం ముందు ఒక వ్యక్తిని విసిరివేయడం ఎంతవరకు సమర్థించబడుతుందని భావించారు, అతను తన ప్రాణాలను కాపాడితే, అతన్ని బాగా చూసుకుంటాడు? అందుకే నేను

అడుగుతున్నాను, ఆ చైతన్యవంతమైన పరమాత్మ ఈ ప్రపంచాన్ని మరియు దానిలోని మానవులను ఎందుకు సృష్టించాడు? ఆనందాన్ని దొంగిలించడానికి? అప్పుడు నీరోకి అతనికీ తేడా ఏమిటి?

మీరు ముస్లింలు మరియు క్రైస్తవులు! నీకు పూర్వ జన్మ మీద నమ్మకం లేదు. మీరు హిందువుల వలె, స్పష్టంగా అమాయక ప్రజల కష్టాలు వారి పూర్వ జన్మల పుణ్యఫలం అనే వాదనను ప్రదర్శించలేరు. ఆ సర్వశక్తిమంతుడు మాటల ద్వారా ప్రపంచ సృష్టికి ఆరు రోజులు ఎందుకు శ్రమించాడని నేను నిన్ను అడుగుతున్నాను? మరి అంతా బాగానే ఉందని రోజూ ఎందుకు చెబుతాడు? ఈరోజు అతనికి కాల్ చేయండి. అతనికి గత చరిత్ర చూపించండి. అతను నేటి పరిస్థితులను అధ్యయనం చేయనివ్వండి. అంతా బాగుందని చెప్పే ధైర్యం చేస్తాడో లేదో చూద్దాం. ఆకలితో అలమటిస్తున్న లక్షలాది మంది ప్రజల నుండి, జైలు గదుల నుండి గుడిసెల వరకు, పెట్టుబడిదారీ పిశాచం యొక్క రక్తాన్ని పీల్చే చర్యను మరియు ఎవరూ చూడని మానవ శక్తి వృధాను ఓపికగా మరియు నిస్సహాయంగా చూస్తున్న దోపిడీ కార్మికుల వరకు. కనీసం ఇంగితజ్ఞానం కూడా ఉన్న ఏ వ్యక్తి అయినా భయంతో వణికిపోతాడు, మరియు

మిగులు దిగుబడిని నిరుపేదలకు పంచకుండా సముద్రంలోకి విసిరేయడం మంచిదని ఆలోచించడం నుండి, మానవ ఎముకలపై పునాది వేసిన రాజుల రాజభవనాల వరకు - ఇవన్నీ చూసి అంతా బాగానే ఉందని చెప్పండి! ఎందుకు మరియు ఎక్కడ నుండి? ఇది నా ప్రశ్న. నువ్వు మౌనంగా ఉన్నావు. సరే, నేను ముందుకు వెళ్తాను.

మరి హిందువులారా, ఈరోజు బాధలు అనుభవిస్తున్న వారు తమ పూర్వ జన్మల పాపులని, నేటి అణచివేతలు తమ పూర్వ జన్మలో ఋషులని, అందుకే వారు అధికారాన్ని అనుభవిస్తున్నారని మీరు అంటున్నారు. మీ పూర్వీకులు చాలా తెలివైన వారని నేను అంగీకరించాలి. అతను తర్కం మరియు అవిశ్వాసం యొక్క అన్ని ప్రయత్నాలను ఓడించడానికి తగినంత శక్తిని కలిగి ఉన్న అటువంటి సూత్రాలను రూపొందించాడు. న్యాయశాస్త్రం ప్రకారం, నేరస్థుడిపై చూపే ప్రభావం ఆధారంగా మూడు కారణాల వల్ల మాత్రమే శిక్షను సమర్థించవచ్చు. అవి- ప్రతీకారం, భయం మరియు దిద్దుబాటు. నేడు ప్రతీకార సూత్రాన్ని ప్రగతిశీల ఆలోచనాపరులందరూ ఖండించారు. బెదిరింపు సూత్రం కూడా అక్కడితో ముగుస్తుంది. అభివృద్ధి సూత్రం మానవాళి పురోగతికి అవసరమైన మరియు అవసరమైన ఏకైక విషయం.

నేరస్థుడిని సమర్థుడైన మరియు శాంతిని ప్రేమించే పౌరుడిగా తిరిగి సమాజానికి అందించడమే దీని లక్ష్యం. అయితే మనం మనుషులను నేరస్తులుగా పరిగణించినా, దేవుడు వారికి ఇచ్చిన శిక్ష యొక్క స్వభావం ఏమిటి? అతను వాటిని ఆవులు, పిల్లులు, చెట్లు, మూలికలు లేదా జంతువులను చేయడం ద్వారా వాటిని సృష్టిస్తున్నాడని మీరు అంటున్నారు. మీరు 84 లక్షల శిక్షలను లెక్కించారు. మనిషిపై సంస్కర్తగా వాటి ప్రభావం ఏమిటి అని నేను అడుగుతున్నాను. ఏదో పాపం వల్ల గత జన్మలో గాడిదగా పుట్టాం అని చెప్పే వాళ్ళు ఎంతమందిని కలిశారు? ఒకటి కూడా కాదా? మీ పురాణాల నుండి ఉదాహరణలు ఇవ్వకండి. మీ పురాణాలకు నా దగ్గర చోటు లేదు. ఆపై ప్రపంచంలో అతిపెద్ద పాపం పేదరికం అని మీకు తెలుసా. పేదరికం ఒక శాపం. ఇది ఒక శిక్ష. నేను అడుగుతున్నాను, మనిషిని అనివార్యంగా మరిన్ని నేరాలు చేయడానికి బలవంతం చేసే శిక్షా ప్రక్రియను మనం ఎంతవరకు ప్రశంసించాలి? మీ దేవుడు దీని గురించి ఆలోచించలేదా లేదా అతను కూడా మానవాళికి చెప్పలేని బాధలను పణంగా పెట్టి అనుభవం ద్వారా ఈ విషయాలన్నీ నేర్చుకోవాలా? ఒక వ్యక్తి ఒక పేద లేదా నిరక్షరాస్య కుటుంబంలో జన్మించినట్లయితే, చెప్పలు కుట్టేవాడు లేదా స్కావెంజర్ వంటి వ్యక్తి యొక్క గతి ఎలా ఉంటుందని మీరు అనుకుంటున్నారు? పేదవాడు కాబట్టి చదువుకోలేకపోతున్నాడు. అతను తన సహచరులచే తృణీకరించబడ్డాడు మరియు విడిచిపెట్టబడ్డాడు, వారు ఉన్నత కులంలో జన్మించినందున తమను తాము ఉన్నతంగా భావిస్తారు. అతని అజ్ఞానం, అతని పేదరికం మరియు అతనికి ఇచ్చిన చికిత్స అతని హృదయాన్ని సమాజం పట్ల క్రూరంగా మారుస్తాయి. అతను ఏదైనా పాపం చేస్తే దాని పర్యవసానాలను ఎవరు అనుభవిస్తారు? దేవుడా, తానేనా లేక సమాజంలోని జ్ఞానులారా? మరి దురహంకారానికి పాల్పడే వారికి శిక్ష ఎలా ఉంటుంది

బ్రాహ్మణులు ఉద్దేశపూర్వకంగా వారిని అజ్ఞానంగా ఉంచారు మరియు మీ పవిత్ర జ్ఞాన గ్రంధాలు-

వేదాలలోని కొన్ని వాక్యాలు వినడం వల్ల చెవుల్లో కరిగిన సీసం ప్రవాహాన్ని భరించాల్సిన శిక్షను అనుభవించాల్సి వచ్చిందా? వారు ఏదైనా నేరం చేస్తే దానికి బాధ్యులెవరు? మరి వారి దెబ్బను ఎవరు భరిస్తారు? నా ప్రియమైన మిత్రులారా! ఈ సూత్రాలు విశేష వ్యక్తుల ఆవిష్కరణ. వారు ఈ సూత్రాల ఆధారంగా తమ స్వాధీనం చేసుకున్న అధికారాన్ని, మూలధనాన్ని మరియు ఆధిపత్యాన్ని సమర్థించుకుంటారు. అప్టన్ సింక్లైర్ ఒక మనిషిని అమరత్వాన్ని విశ్వసించేలా చేసి,

ఆపై అతని సంపద మొత్తాన్ని దోచుకోండి అని రాశారు. గొణుగుడు లేకుండా ఈ పనిలో మీకు సహాయం చేస్తాడు. మత బోధకులు మరియు అధికారంలో ఉన్నవారి మధ్య మైత్రి నుండి జైళ్లు, ఉరి, కొరడా దెబ్బలు మరియు ఈ సూత్రాలు ఉత్పన్నమవుతాయి.

నేను అడుగుతున్నాను, ప్రతి వ్యక్తి ఏదైనా పాపం లేదా నేరం చేస్తున్నప్పుడు మీ సర్వశక్తిమంతుడైన దేవుడు ఎందుకు ఆపడు? అతను దీన్ని చాలా సులభంగా చేయగలడు. అతను యోధ రాజుల పోరాట ఉత్సాహాన్ని ఎందుకు అంతం చేయలేదు మరియు ప్రపంచ యుద్ధం వల్ల కలిగే విపత్తుల నుండి మానవాళిని ఎందుకు రక్షించలేదు? బ్రిటీష్ వారి మదిలో భారతదేశానికి విముక్తి కలిగించే అనుభూతిని ఎందుకు కలిగించలేదు? ఉత్పత్తి సాధనాలపై తమ వ్యక్తిగత ఆస్తి హక్కులను వదులుకుని, మొత్తం కార్మిక సమాజాన్నే కాకుండా, మొత్తం మానవ సమాజాన్ని పెట్టుబడిదారీ సంకెళ్ల నుంచి విముక్తి చేయాలనే దాతృత్వ ఉత్సాహంతో పెట్టుబడిదారుల హృదయాలను ఎందుకు నింపడం లేదు? మీరు సోషలిజం యొక్క ఆచరణాత్మకతను వాదించాలనుకుంటున్నారు. నేను దానిని అమలు చేయడానికి మీ సర్వశక్తిమంతుడికి వదిలివేస్తున్నాను. ఉమ్మడి ప్రయోజనాల విషయానికొస్తే, ప్రజలు సోషలిజం ధర్మాలను విశ్వసిస్తారు. ఇది ఆచరణాత్మకం కాదనే సాకుతో వ్యతిరేకిస్తున్నారు. దేవుడు వచ్చి విషయాలను సరిచేయనివ్వండి. ఇక్కడ బ్రిటీష్ పాలన దేవుడు కోరుకోవడం వల్ల కాదు, వారికి అధికారం ఉంది మరియు వారిని ఎదిరించే ధైర్యం లేదు. దేవుడి సహాయంతో కాదు, తుపాకులు, రైఫిళ్లు, బాంబులు మరియు బుల్లెట్లు, పోలీసులు మరియు సైన్యం సహాయంతో వారు మమ్మల్ని తమ ఆధిపత్యంలో ఉంచుకున్నారు. వారు సమాజానికి వ్యతిరేకంగా అత్యంత ఖండించదగిన నేరాన్ని విజయవంతంగా చేస్తున్నారనేది మన ఉదాసీనత - ఒక దేశంపై మరొక దేశం నిరంకుశ దోపిడీ. దేవుడు ఎక్కడ ఉన్నాడు? అతను మానవజాతి యొక్క ఈ బాధలను అనుభవిస్తున్నాడా? ఒక నీరో, ఒక చేంజ్జ్, అతను నశించవచ్చు!

ఈ ప్రపంచం యొక్క మూలాన్ని మరియు మనిషి యొక్క మూలాన్ని నేను ఎలా వివరిస్తాను అని మీరు నన్ను అడుగుతారా? సరే, నేను మీకు చెప్తాను. చార్లెస్ డార్విన్ ఈ విషయంపై కొంత వెలుగునిచ్చేందుకు ప్రయత్నించాడు. అది చదవండి. ఇది ప్రకృతి యొక్క దృగ్విషయం. వివిధ పదార్థాల

నెబ్యులా ఆకారంలో, భూమి ప్రమాదవశాత్తు మిక్సింగ్ నుండి ఏర్పడింది. ఎప్పుడు? చరిత్ర చూడండి. ఇలాంటి సంఘటన నుండి, జంతువులు పుట్టాయి

మరియు చాలా కాలం పాటు, మానవులు. డార్విన్ 'జాతుల మూలం' చదవండి. ఆ తర్వాత ప్రకృతి పట్ల మానవుని నిరంతర వ్యతిరేకత మరియు దానిని జయించాలనే అతని ప్రయత్నాల కారణంగా అభివృద్ధి అంతా జరిగింది. ఇది బహుశా ఈ సంఘటన యొక్క అత్యంత సూక్ష్మమైన వివరణ.

మీ రెండవ వాదన ఏమిటంటే, పిల్లవాడు ఎందుకు గుడ్డిగా లేదా కుంటిగా పుట్టాడు? ఇది అతని పూర్వ జన్మలో చేసిన కర్మల ఫలితం కాదా? జీవశాస్త్రవేత్తలు ఈ సమస్యకు శాస్త్రీయ పరిష్కారాన్ని కనుగొన్నారు. అఫ్ కోర్స్ మీరు ఇంకో పిల్లాడి ప్రశ్న అడగవచ్చు. దేవుడు లేకుంటే, ప్రజలు ఆయనను ఎందుకు నమ్మడం ప్రారంభించారు? నా సమాధానం సూక్ష్మంగా మరియు స్పష్టంగా ఉంది. వారు దయ్యాలు మరియు దుష్టశక్తులను విశ్వసించడం ప్రారంభించారు. ఒకే తేడా ఏమిటంటే, భగవంతునిపై నమ్మకం ప్రపంచవ్యాప్తంగా ఉంది మరియు తత్వశాస్త్రం చాలా అభివృద్ధి చెందింది. దేవుని ఉనికిని బోధించడం ద్వారా ప్రజలను తమ ఆధీనంలో ఉంచుకోవాలని మరియు వారి నుండి తమ ప్రత్యేక హోదా యొక్క హక్కు మరియు ఆమోదాన్ని కోరుకున్న దోపిడీదారుల ప్రతిభే దాని మూలానికి క్రెడిట్ కారణం. అన్ని మతాలు, వర్గాలు, వర్గాలు మరియు అటువంటి ఇతర సంస్థలు అంతిమంగా క్రూరమైన మరియు దోపిడీ సంస్థలు, వ్యక్తులు మరియు తరగతులకు మద్దతుదారులుగా మారతాయి. రాజుపై తిరుగుబాటు ప్రతి మతంలోనూ పాపం.

మనిషి పరిమితులను గుర్తించిన తరువాత, అతని బలహీనతలను మరియు లోపాలను అర్థం చేసుకోవడం

పరీక్షా సమయాల్లో మనిషిని ధైర్యంగా ఎదుర్కొనేలా ప్రోత్సహించడానికి, అన్నీ

పురుషత్వంతో ప్రమాదాలను భరించడం మరియు దాని పేలుడును సంపద మరియు ఐశ్వర్యంతో బంధించడం.దేవుని ఊహాత్మక ఉనికి కోసం సృష్టించబడింది. మీ వ్యక్తిగత నియమాలు మరియు

దేవుని ఊహించబడింది మరియు అతిశయోక్తి పద్ధతిలో చిత్రీకరించబడింది, తల్లిదండ్రుల దాతృత్వంతో నిండి ఉంది. ఎప్పుడుఅతని క్రూరత్వం మరియు వ్యక్తిగత నియమాలు చర్చించబడినప్పుడు, అది భయాన్ని చూపించడానికి ఉపయోగించబడుతుంది.

ఇది ఒకటిగా చేయబడుతుంది. తద్వారా మానవులెవ్వరూ సమాజానికి ముప్పుగా మారరు. ఎప్పుడుఅతని తల్లిదండ్రుల లక్షణాలను వివరించినప్పుడు, అతను

తండ్రి, తల్లి, సోదరుడు,ఆమెను సోదరిగా, స్నేహితురాలిగా, సహాయకురాలుగా చూస్తారు. తన స్నేహితులందరి ద్వారా మనిషి ఉన్నప్పుడుద్రోహం మరియు పరిత్యాగం కారణంగా అతను చాలా బాధలో ఉంటే, అప్పుడు అతను ఈ ఆలోచనలో ఓదార్పుని పొందాలి.అతనికి సహాయం చేయడానికి, అతనికి మద్దతు ఇవ్వడానికి మరియు సహాయం చేయడానికి నిజమైన స్నేహితుడు ఎల్లప్పుడూ ఉంటాడని తెలుసుకోవచ్చు

అతను సర్వశక్తిమంతుడు మరియు ఏదైనా చేయగలడు. నిజానికి, ఆదిమ కాలంలో, ఇదికోసం ఉపయోగపడింది. బాధలో ఉన్న వ్యక్తికి భగవంతుని ఊహ ఉపయోగపడుతుంది. సమాజంఈ నమ్మకానికి వ్యతిరేకంగా పోరాడాలి. మనిషి తన కాళ్ళ మీద నిలబడటానికి ప్రయత్నించినప్పడ

మరియు వాస్తవికంగా మారతాడు, అప్పుడు అతను విశ్వాసాన్ని పక్కనపెట్టి, పరిస్థితులు అతనికి విసిరే అన్ని ఇబ్బందులు మరియు ఇబ్బందులను పౌరుషంతో ఎదుర్కోవాలి. ఈ రోజు నా స్థానం ఇదే. ఇది నా అహం కాదు మిత్రమా! నా ఆలోచనా విధానమే నన్ను నాస్తికుడిని చేసింది. భగవంతునిపై విశ్వాసం మరియు రోజువారీ ప్రార్థన మనిషి చేయగలిగే అత్యంత స్వార్థపూరితమైన మరియు దిగజారిన పనిగా నేను భావిస్తున్నాను. అన్ని కష్టాలను ధైర్యంగా ఎదుర్కొన్న నాస్తికుల గురించి నేను చదివాను. అందుకే మనిషిలా నేనూ ఉచ్చు బిగుసుకుపోయేంత వరకు తల నిమురుతూ నిలబడాలనుకుంటున్నాను.మరి నేను ఎలా రాణిస్తానో చూడాలి. నా స్నేహితుడు నన్ను ప్రార్థించమని అడిగాడు. నేను నాస్తికుడినని చెప్పినప్పుడు, "నీ చివరి రోజుల్లో నీకు నమ్మకం వస్తుంది" అని చెప్పాను, "లేదు, ప్రియతమా, అది జరగదు. ఇది నాకు అవమానకరంగా మరియు అవినీతిగా నేను భావిస్తున్నాను. నేను స్వార్థపూరిత కారణాల కోసం ప్రార్థించను. పాఠకులారా, మిత్రులారా ఇది అహంకారమా? అలా అయితే, నేను అంగీకరిస్తున్నాను.

# తమ్ముడు కల్తార్‌కి చివరి లేఖ
# (మార్చి, 1931)

సెంట్రల్ జైలు, లాహోర్

మార్చి 3, 1931

అజీజ్ కుల్తార్,

ఈరోజు నీ కళ్లలో నీళ్లు చూసి చాలా బాధపడ్డాను. ఈరోజు నీ మాటల్లో చాలా బాధ ఉంది, నీ కన్నీళ్లు భరించలేకపోతున్నాను.

ధైర్యవంతుడు, ధైర్యవంతుడు, విద్యను పొందండి మరియు ఆరోగ్యాన్ని జాగ్రత్తగా చూసుకోండి. ధైర్యంగా ఉండండి మరియు నేను ఇంకా ఏమి చెప్పాలి!

కొత్త స్టైల్, స్టైల్ ఏంటనే దానిపై
ఆయన ఎప్పుడూ ఆందోళన చెందుతుంటాడు,
అణచివేత ఏ స్థాయిలో ఉందో చూసేందుకు
మనం ఇష్టపడతాం. దాహోర్ నుండి ఎందుకు తినాలి,
చరఖా (స్పిన్నింగ్ వీల్) గురించి ఎందుకు ఫిర్యాదు చేయాలి,
అంతా బాగానే ఉంది, పోరాడుదాం.
నేను ఒక రకమైన అతిథిని,
ఓ ప్రజల కలయిక, నేను పచ్చిక నగరాన్ని,
నేను చల్లారాలని కోరుకుంటున్నాను.
నా ఆలోచనల విద్యుత్తు గాలిలో నిలిచిపోతుంది,
ఈ పిడికిలి మరియు బూడిద క్షణికమైనవి,
అవి మిగిలి ఉన్నాయో లేదో. సరే రుక్సాత్.
సంతోషంగా ఉండండి నా దేశం;
మేము ప్రయాణం చేస్తాము. ధైర్యంగా ఉండండి. హాయ్

మీ సోదరుడు భగత్ సింగ్

# కుల్బీర్‌కి చివరి లేఖ
# (మార్చి, 1931)

లాహోర్ సెంట్రల్ జైలు,

మార్చి 3, 1931

ప్రియమైన కుల్బీర్ సింగ్,

మీరు నా కోసం చాలా చేసారు. సమావేశంలో లేఖకు సమాధానంగా ఏదైనా రాయాలని కోరారు. నేను కొన్ని పదాలు వ్రాస్తాను, చూడండి, నేను ఎవరికీ ఏమీ చేయలేదు, మీ కోసం కూడా ఏమీ చేయలేదు. ఈ రోజుల్లో నేను నిన్ను పూర్తిగా కష్టాల్లో పడేస్తున్నాను. మీ జీవితం ఏమవుతుంది? ఎలా బ్రతుకుతావు? వీటన్నింటి గురించి ఆలోచిస్తుంటే నాకు వణుకు పుడుతుంది, కానీ బ్రదర్, ధైర్యంగా ఉండు, కష్టకాలంలో కూడా భయపడకు. ఇంతకంటే ఇంకేం చెప్పగలను? మనం అమెరికా వెళ్ళగలిగితే చాలా బాగుండేది, కానీ ఇప్పుడు ఇది కూడా అసాధ్యం అనిపిస్తుంది. నిదానంగా మరియు శ్రద్ధగా చదువుతూ ఉండండి. మీరు ఏదైనా పని నేర్చుకోగలిగితే మంచిది, కానీ మీ తండ్రి సలహాతో ప్రతిదీ చేయండి. వీలైనంత వరకు అందరూ ప్రేమతో జీవించాలి. ఇంకా ఏం చెప్పగలను?

ఈరోజు నీ హృదయంలో విషాద సముద్రం కొట్టుకుంటుందని నాకు తెలుసు. తమ్ముడూ నీ గురించే ఆలోచిస్తూ కళ్లల్లో నీళ్లు తిరుగుతున్నాయి కానీ ఏం చేయగలను ధైర్యం తెచ్చుకో. నా ప్రియమైన, నా ప్రియమైన సోదరా, జీవితం చాలా కఠినమైనది మరియు ప్రపంచం చాలా అన్యాయంగా ఉంది. అందరూ చాలా క్రూరంగా ఉంటారు. ప్రేమ, ధైర్యంతోనే మనం బ్రతకగలం. మీరు కుల్తార్ విద్య గురించి కూడా ఆందోళన చెందాలి. నేను చాలా సిగ్గుపడుతున్నాను మరియు విచారం తప్ప నేను ఏమి చేయగలను. దానితో పాటు ఉత్తరం హిందీలో వ్రాయబడింది. లేఖను 'కె' సోదరికి ఇవ్వండి. బాగా నమస్కారం, ప్రియమైన సోదరుడు, వీడ్కోలు... నిష్క్రమణ.

మీ శ్రేయస్సు

**భగత్ సింగ్**

# బలిదానం ముందు సహచరులకు చివరి లేఖ
# (మార్చి, 1931)

మార్చి 22, 1931

స్నేహితులు,

నాకు కూడా జీవించాలనే కోరిక ఉండడం సహజమే, దాక్కోవాలనుకోను. కానీ నేను ఒక షరతుపై జీవించగలను, నేను బందిఖానాలో లేదా పరిమితులలో జీవించకూడదనుకుంటున్నాను. నా పేరు భారతీయ విప్లవానికి చిహ్నంగా మారింది మరియు విప్లవ పార్టీ యొక్క ఆదర్శాలు మరియు త్యాగాలు నన్ను చాలా ఉన్నతంగా పెంచాయి - మనుగడ విషయంలో నేను ఇంతకంటే ఉన్నతంగా ఉండలేను.

ఈరోజు నా బలహీనతలు ప్రజల ముందు లేవు. నేను ఉరి నుండి బయటపడితే, అవి స్పష్టంగా కనిపిస్తాయి మరియు విప్లవం యొక్క చిహ్నం మసకబారుతుంది లేదా తుడిచివేయబడుతుంది. కానీ ధైర్యంగా నవ్వుతూ నన్ను ఉరితీస్తే, భారతీయ తల్లులు తమ పిల్లలు భగత్ సింగ్ కావాలని కోరుకుంటారు మరియు దేశ స్వాతంత్ర్యం కోసం త్యాగం చేసే వారి సంఖ్య చాలా పెరుగుతుంది, అది సామ్రాజ్యవాదానికి లేదా అందరికీ సాధ్యం కాదు. విప్లవాన్ని ఆపడానికి దుష్టశక్తులు మాట్లాడవు.

అవును, ఈ రోజు కూడా నా మనసులో ఒక ఆలోచన వస్తుంది, నేను దేశం మరియు మానవత్వం కోసం నా హృదయంలో ఉన్న కోరికలలో వెయ్యి వంతు కూడా తీర్చలేకపోయాను. నేను స్వేచ్ఛగా మరియు సజీవంగా ఉండగలిగితే, బహుశా వాటిని నెరవేర్చుకునే అవకాశం నాకు లభించి ఉండేది మరియు నా కోరికలను నేను తీర్చుకోగలను. నేను తప్ప

ఉరి నుండి తప్పించుకోవడానికి నా మనసులో ఎప్పుడూ ఎలాంటి ప్రలోభం లేదు. నాకంటే అదృష్టవంతులు ఎవరు ఉంటారు? ఈ రోజుల్లో నా గురించి నేను చాలా గర్వపడుతున్నాను. ఇప్పుడు ఫైనల్ పరీక్ష కోసం ఆసక్తిగా ఎదురుచూస్తున్నాం. ఇది మరింత దగ్గరవ్వాలని కోరుకుంటున్నాను.

మీ స్నేహితుడు

**భగత్ సింగ్**

# మమ్మల్ని కాల్చిచంపండి
# (మార్చి, 1931)

పంజాబ్ గవర్నర్ కు,

సిమ్లా

సర్,

తగిన గౌరవంతో, మేము మీ సేవలో ఈ క్రింది పాయింట్లను ఉంచుతున్నాము-

భారత బ్రిటిష్ ప్రభుత్వ అత్యున్నత అధికారి అయిన వైస్రాయ్, లాహోర్ కుట్ర కేసును విచారించడానికి ప్రత్యేక ఆర్డినెన్స్ జారీ చేసి, ప్రత్యేక న్యాయస్థానాన్ని ఏర్పాటు చేశారు, ఇది అక్టోబర్ 7, 1930న మాకు మరణశిక్ష విధించింది. మాపై మోపబడిన అతిపెద్ద ఆరోపణ ఏమిటంటే, మేము జార్జ్ V చక్రవర్తికి వ్యతిరేకంగా పోరాడాము.

కోర్టు ఈ నిర్ణయంతో రెండు విషయాలు స్పష్టమవుతున్నాయి-

మొదటిది బ్రిటిష్ జాతికి, భారతీయ ప్రజలకు మధ్య యుద్ధం జరగడం. రెండోది ఈ యుద్ధంలో మనం కచ్చితంగా పాల్గొన్నాం. కాబట్టి మనం యుద్ధ ఖైదీలం.

వారి వర్ణనలో చాలా అతిశయోక్తి ఉన్నప్పటికీ, అలా చేయడం వల్ల మనం గౌరవించబడ్డామని చెప్పకుండా ఉండలేము. మొదటి అంశానికి సంబంధించి, మేము కొంత వివరంగా కాంతిని విసరాలనుకుంటున్నాము. అసలు అలాంటి యుద్ధమేదీ జరుగుతోందని మేము భావించడం లేదు. కోర్ట్ అంటే యుద్ధం చెలరేగడం అంటే ఏమిటో మాకు తెలియదు. కానీ మేము ఈ వివరణను అంగీకరిస్తాము మరియు దాని సరైన సందర్భంలో దానిని వివరించాలనుకుంటున్నాము.

## యుద్ధ స్థితి

యుద్ధం జరుగుతోందని, భారత ప్రజల మరియు కార్మికుల ఆదాయ మార్గాలను శక్తివంతమైన వ్యక్తులు నియంత్రించేంత వరకు ఈ పోరాటం కొనసాగుతుందని మేము చెప్పాలనుకుంటున్న

వారు తమను తాము గుత్తాధిపత్యం చేసుకున్నారు - అలాంటి వారు ఇంగ్లీషు పెట్టుబడిదారులైనా, ఆంగ్లేయులైనా లేదా స్వచ్ఛమైన భారతీయులైనా, వారు కలిసి దోచుకున్నారు. పేద ప్రయాణీకుల రక్తాన్ని స్వచ్ఛమైన భారత పెట్టుబడిదారులు పీల్చిపిప్పి చేస్తున్నా, ఈ పరిస్థితిలో ఏ మాత్రం తేడా లేదు. మీ ప్రభుత్వం భారతీయ సమాజంలోని కొంతమంది నాయకులను లేదా నాయకులను ప్రభావితం చేయడంలో విజయం సాధించినా, కొన్ని సౌకర్యాలు పొందినా, లేదా ఒప్పందాలు చేసుకున్నా, పరిస్థితి మారదు మరియు అది ప్రజలపై చాలా తక్కువ ప్రభావం చూపుతుంది. యువత మరోసారి మోసపోయామని ఆందోళన చెందడం లేదు, మన రాజకీయ నాయకులు తప్పదారి పట్టించారని మరియు ఈ అమాయక, నిరాశ్రయులైన మరియు నిరాశ్రయుల త్యాగాలను మరచిపోతున్నారని మేము చింతించము విప్లవ పార్టీ సభ్యులు. మన రాజకీయ నాయకులు వారిని తమ శత్రువులుగా పరిగణిస్తారు, ఎందుకంటే వారి దృష్టిలో వారు హింసను నమ్ముతారు, మన వీర మహిళలు సర్వస్వం త్యాగం చేశారు. వారు తమ భర్తలను బలిపీఠం వద్ద అర్పించారు, సోదరులను అర్పించారు మరియు తమకు ఉన్నదంతా అర్పించారు. అతను కూడా ఆత్మబలిదానం చేసుకున్నాడు కానీ మీ ప్రభుత్వం అతన్ని తిరుగుబాటుదారునిగా పరిగణిస్తుంది. మీ ఏజెంట్లు తప్పుడు కథనాలు సృష్టించడం ద్వారా అతని పరువు తీయవచ్చు మరియు పార్టీ ప్రతిష్టను దెబ్బతీసేందుకు ప్రయత్నించవచ్చు, కానీ ఈ యుద్ధం కొనసాగుతుంది.

## యుద్ధం యొక్క వివిధ రూపాలు

ఈ పోరాటం వివిధ పరిస్థితులలో వివిధ రూపాలను తీసుకునే అవకాశం ఉంది. ఈ యుద్ధం కొన్నిసార్లు బహిరంగ రూపం దాల్చవచ్చు, కొన్నిసార్లు ఇది రహస్యంగా కొనసాగవచ్చు, కొన్నిసార్లు ఇది భయంకరమైన రూపం తీసుకోవచ్చు, కొన్నిసార్లు యుద్ధం రైతు స్థాయిలో కొనసాగవచ్చు మరియు కొన్నిసార్లు ఈ సంఘటన చాలా భయంకరమైనది కావచ్చు, ఇది జీవితానికి సంబంధించినది కావచ్చు మరియు మరణం. పరిస్థితి ఎలా ఉన్నా, అది మిమ్మల్ని ప్రభావితం చేస్తుంది. మీకు కావలసిన పరిస్థితిని ఎంచుకోవడం మీ ఇష్టం, కానీ ఈ పోరాటం కొనసాగుతుంది. ఇందులో చిన్న చిన్న విషయాలను పరిగణనలోకి తీసుకోరు. ఈ యుద్ధం భయంకరమైన రూపం దాల్చే అవకాశం ఉంది. ప్రస్తుత సమాజ నిర్మాణం అంతం కాకుండా, ప్రతిదానిలో మార్పు లేదా విప్లవం అంతం కాకుండా మరియు మానవ సృష్టిలో కొత్త శకం ప్రారంభమయ్యే వరకు ఇది ఖచ్చితంగా ముగియదు.

## చివరి యుద్ధం

సమీప భవిష్యత్తులో చివరి యుద్ధం జరగనుంది మరియు ఈ యుద్ధం నిర్ణయాత్మకంగా ఉంటుంది. సామ్రాజ్యవాదం మరియు పెట్టుబడిదారీ విధానం కొన్ని రోజులు అతిథులు. ఇది మేము ప్రత్యక్షంగా పాల్గొన్న యుద్ధం మరియు మేము ఈ యుద్ధాన్ని ప్రారంభించలేదని లేదా మా జీవితాలతో ముగియలేదని మన గురించి మనం గర్విస్తున్నాము. యతీంద్రనాథ్ దాస్ మరియు భగవతీ చరణ్ త్యాగాలతో ప్రత్యేకంగా వెలుగుతున్న చరిత్ర యొక్క ఆ అధ్యాయంలో మా సేవలు లిఖించబడతాయి. వారి త్యాగాలు గొప్పవి. మా విధి విషయానికొస్తే, మీరు మమ్మల్ని ఉరితీయాలని నిర్ణయించుకున్నారని మేము మీకు బలమైన మాటలతో చెప్పాలనుకుంటున్నాము. మీరు దీన్ని ఖచ్చితంగా చేస్తారు, అధికారం మీ చేతుల్లో ఉంది మరియు మీకు కూడా హక్కు ఉంది. కానీ ఈ విధంగా మీరు అతని కర్ర మరియు అతని గేదె కలిగి ఉన్న సూత్రాన్ని అవలంబిస్తున్నారు మరియు మీరు దానికి కట్టుబడి ఉన్నారు. మేము ఎప్పుడూ దేని కోసం ప్రార్థించలేదని మరియు ఇప్పుడు కూడా మీ నుండి ఎటువంటి దయ కోసం ప్రార్థించలేదని నిరూపించడానికి మా కేసు విచారణ సరిపోతుంది. కోర్టు నిర్ణయం ప్రకారం మీ ప్రభుత్వం మాపై యుద్ధాన్ని కొనసాగిస్తోందని ఆరోపిస్తున్నామని మాత్రమే మేము మిమ్మల్ని ప్రార్థించాలనుకుంటున్నాము. ఈ పరిస్థితిలో మేము యుద్ధ ఖైదీలము, అందువల్ల మమ్మల్ని యుద్ధ ఖైదీల వలె పరిగణించాలని మరియు మమ్మల్ని ఉరితీయకుండా కాల్చివేయాలని మేము మీ నుండి డిమాండ్ చేస్తున్నాము.

ఇప్పుడు మీ ప్రభుత్వ న్యాయస్థానం తీసుకున్న నిర్ణయంపై మీకు విశ్వాసం ఉందని నిరూపించడం మీ పని. మీరు దీన్ని మీ పని ద్వారా నిరూపించండి. మమ్మల్ని కాల్చడానికి మిలిటరీ టీమ్‌ని పంపమని మీ ఆర్మీ డిపార్ట్‌మెంట్‌ని ఆదేశించమని వినమ్రంగా అభ్యర్థిస్తున్నాము.

మీ భవదీయులు,

**భగత్ సింగ్, రాజ్‌గురు, సుఖ్‌దేవ్**

# సమాజానికి సందేశం

# (మార్చి, 1931)

*ఈ పత్రం యొక్క అనేక ఫార్మాట్‌లు మరియు హిందీ అనువాదాలు ఉన్నాయి, దీనిని 'కామ్ కే నామ్ సందేశ్' అని పిలుస్తారు మరియు 'యువ రాజకీయ కార్యకర్తలకు లేఖ' పేరుతో ఇది సంక్షిప్త రూపం. దాని నుండి కొన్ని సారాంశాలు జూలై 29, 1931 నాటి లాహోర్ పీపుల్స్ సంచికలో మరియు మే 8, 1931 నాటి అలహాబాద్ అభ్యుదయ సంచికలో ప్రచురించబడ్డాయి. ఈ పత్రం బ్రిటిష్ ప్రభుత్వ రహస్య పుస్తకం, 'నోట్స్ ఆన్ ది యునైటెడ్ ఫ్రంట్ మూవ్‌మెంట్ ఇన్ బెంగాల్' నుండి పొందబడింది, దీనిని CID అధికారి C.E.S. ఫెయిర్‌వెదర్ మరియు అతను 1936లో వ్రాసాడు. అతని ప్రకారం, ఈ వ్యాసం భగత్ సింగ్చే వ్రాయబడింది మరియు అక్టోబర్ 3, 1931 న శ్రీమతి విమలా ప్రభాదేవి ఇంటి నుండి తిరిగి పొందబడింది. బహుశా ఈ పత్రం ఫిబ్రవరి 2, 1931 న వ్రాయబడింది.*

## యువ రాజకీయ కార్యకర్తలకు లేఖలు

ప్రియమైన మిత్రులారా

ఈ సమయంలో మా ఉద్యమం చాలా ముఖ్యమైన పరిస్థితులను దాటుతోంది. ఒక సంవత్సరం సుదీర్ఘ పోరాటం తరువాత, రౌండ్ టేబుల్ సమావేశం రాజ్యాంగంలో మార్పులకు సంబంధించి కొన్ని అంశాలను మన ముందుంచింది మరియు రాజ్యాంగ తయారీకి రావాలని మరియు కాంగ్రెస్ నాయకులను ఆహ్వానించింది. ఈ నేపథ్యంలో ఉద్యమాన్ని వాయిదా వేసేందుకు కాంగ్రెస్ నేతలు సిద్ధమైనట్లు తెలుస్తోంది. వారు ఉద్యమాన్ని సస్పెండ్ చేయడానికి అనుకూలంగా లేదా వ్యతిరేకంగా నిర్ణయిస్తారా అనేది మాకు పెద్దగా పట్టింపు లేదు. ప్రస్తుత ఉద్యమం ఏదో ఒక రాజీతో ముగియడం ఖాయం. ఒప్పందం త్వరగా కుదిరిందా లేక జాప్యం జరిగిందా అనేది వేరే విషయం.

వాస్తవానికి, రాజీ అనేది జుగుప్సాకరమైనది మరియు ఖండించదగినది కాదు, మనం సాధారణంగా భావించినట్లుగా, రాజకీయ పోరాటాలలో రాజీ అనేది ఒక ముఖ్యమైన భాగం. నిరంకుశ పాలనకు వ్యతిరేకంగా నిలబడే ఏ దేశమైనా

ప్రారంభంలో తప్పనిసరిగా విఫలం కావచ్చు మరియు దాని సుదీర్ఘ పోరాటం మధ్యలో ఇటువంటి రాజీల ద్వారా కొన్ని రాజకీయ సంస్కరణలను సాధించవచ్చు, కానీ అది అక్కడికి చేరుకునే సమయానికి అది తన పోరాటం యొక్క చివరి గమ్యాన్ని చేరుకుంటుంది దాని బలగాలను ఏకీకృతం చేసి, వ్యవస్థీకరిస్తుంది మరియు శత్రువుపై దాని ఆఖరి దాడి చాలా బలంగా ఉంది, ఆ సమయానికి కూడా పాలక ప్రజల శక్తులు శత్రువుతో కొంత రాజీ పడాలని కోరుకుంటాయి. రష్యా ఉదాహరణతో దీనిని స్పష్టంగా వివరించవచ్చు.

1905లో రష్యాలో విప్లవోద్యమం మొదలైంది. విప్లవ నాయకులకు గొప్ప ఆశలు ఉన్నాయి, అదే సమయంలో లెనిన్ విదేశాల నుండి తిరిగి వచ్చారు, అక్కడ అతను ఇంతకు ముందు వెళ్ళాడు. ఆయన మొత్తం ఉద్యమాన్ని నడిపారు. ప్రజలు దాదాపు డజను మంది భూస్వాములను చంపారు మరియు కొన్ని ఇళ్లను తగలబెట్టారు, కానీ విప్లవం విజయవంతం కాలేదు. దాని పర్యవసానాలు ప్రభుత్వం కొన్ని సంస్కరణలు చేయవలసి వచ్చింది మరియు డూమా (పార్లమెంట్) సృష్టించబడింది. ఆ సమయంలో లెనిన్ డూమాకు వెళ్లడాన్ని సమర్థించాడు, కానీ 1906లో అతను దానిని వ్యతిరేకించడం ప్రారంభించాడు మరియు 1907లో రెండవ డూమాకు వెళ్లడాన్ని సమర్థించాడు, దీని అధికారాలు బాగా తగ్గిపోయాయి. డ్వామాను తన ఉద్యమ వేదికగా చేసుకోవడమే ఇందుకు కారణం.

అదేవిధంగా, 1917 తర్వాత, జర్మనీతో రష్యా ఒప్పందం ప్రశ్న వచ్చినప్పుడు, లెనిన్ మినహా అందరూ ఆ ఒప్పందానికి వ్యతిరేకంగా ఉన్నారు. కానీ లెనిన్ ఇలా అన్నాడు, "శాంతి, శాంతి మరియు మళ్ళీ శాంతి - ఏ ధరకైనా శాంతి. రష్యాలోని కొన్ని ప్రావిన్స్‌లను జర్మనీ 'యుద్ధాధిపతి'కి అప్పగించవలసి వచ్చినా, శాంతిని సాధించాలి. కొంతమంది బోల్షివిక్ నాయకులు కూడా అతని విధానాన్ని వ్యతిరేకించినప్పుడు, "ఈ సమయంలో బోల్షివిక్ ప్రభుత్వం బలోపేతం కావాలి" అని స్పష్టంగా చెప్పాడు.

నేను చెప్పదలుచుకున్నది ఏమిటంటే, రాజీ అనేది ఒక ఆయుధం, ఇది రాజకీయ పోరాటంలో అడుగడుగునా ఉపయోగించాల్సిన అవసరం ఉంది, తద్వారా కఠినమైన పోరాటంలో విసిగిపోయిన ప్రజలు యుద్ధానికి సిద్ధం అవుతారు మరింత బలంతో ముందుకు సాగాలి. కానీ ఇన్ని రాజీలు ఉన్నప్పటికీ, మనం మరచిపోకూడనిది మన ముందు ఎప్పుడూ ఉండవలసిన మన ఆదర్శం. మనం పోరాడుతున్న లక్ష్యం గురించి మన ఆలోచనలు

ఖచ్చితంగా స్పష్టంగా మరియు దృఢంగా ఉండాలి. మీరు పదహారు అణాల కోసం పోరాడి ఒక అన్నాన్ని పొందితే, ఆ ఒక్క అణాన్ని మీ జేబులో పెట్టుకుని, మిగిలిన పదిహేను అణాల కోసం మళ్లీ పోరాడండి. భారతదేశంలోని మితవాదుల గురించి మనం అసహ్యించుకునేది ఏమిటంటే వారికి ఆదర్శాలు లేవు. వారు కేవలం ఒక అన్నం కోసం పోరాడుతారు మరియు వారు ఏమీ పొందలేరు.

భారతదేశం యొక్క ప్రస్తుత యుద్ధం ఎక్కువగా మధ్యతరగతి ప్రజల బలంపై పోరాడుతోంది, వారి లక్ష్యాలు చాలా పరిమితమైనవి. దుకాణదారులు మరియు పెట్టుబడిదారుల ద్వారా ఇంగ్లండ్‌పై ఆర్థిక ఒత్తిడి తెచ్చి కొన్ని హక్కులను తీసుకోవాలని కాంగ్రెస్ కోరుకుంటోంది. కానీ దేశంలోని కోట్లాది మంది కూలీలు, రైతుల విషయానికొస్తే, దీని ద్వారా వారికి మోక్షం లభించదు. దేశ పోరాటం జరగాలంటే కార్మికులు, రైతులు, సామాన్య ప్రజానీకాన్ని ముందుకు తీసుకొచ్చి పోరాటానికి సంఘటితం కావాలి. వారిని ముందుకు తీసుకురావడానికి నాయకులు ఇంకా ఏమీ చేయలేదు, వారు కూడా ఏమీ చేయలేరు. పరాయి పాలనతో పాటు భూస్వాములు, పెట్టుబడిదారుల కాడి నుంచి ఈ రైతులకు విముక్తి కల్పించాలి కానీ కాంగ్రెస్ లక్ష్యం ఇది కాదు.

అందుకే కాంగ్రెస్ ప్రజలు సంపూర్ణ విప్లవాన్ని కోరుకోవడం లేదని నేను చెబుతున్నాను. ప్రభుత్వంపై ఆర్థిక ఒత్తిడి తెచ్చి మరికొన్ని సంస్కరణలు తీసుకురావాలన్నారు. వారు భారతదేశంలోని ధనిక వర్గానికి మరికొన్ని రాయితీలు కోరుకుంటున్నారు మరియు అందుకే కాంగ్రెస్ ఉద్యమం కొంత రాజీ లేదా వైఫల్యంతో ముగుస్తుందని నేను కూడా చెప్తున్నాను. ఈ పరిస్థితిలో తమకు మరింత కష్టకాలం రాబోతోందని యువత అర్థం చేసుకోవాలి. వారి మనస్సు గందరగోళం చెందకుండా లేదా వారు నిరుత్సాహపడకుండా జాగ్రత్త వహించాలి. మహాత్మా గాంధీ యొక్క రెండు యుద్ధాల అనుభవాన్ని పొందిన తరువాత, ప్రస్తుత పరిస్థితులకు మరియు మన భవిష్యత్తు కార్యక్రమానికి సంబంధించి స్పష్టమైన విధానాన్ని రూపొందించడం ఇప్పుడు మనకు మరింత ముఖ్యమైనదిగా మారింది.

చాలా ఆలోచించిన తర్వాత, నా అభిప్రాయాలను చాలా సరళమైన పదాలలో చెప్పాలనుకుంటున్నాను. మీరు ఇంక్విలాబ్-జిందాబాద్ (దీర్ఘాయుష్షు విప్లవం) నినాదాన్ని ఎత్తారు. ఈ నినాదం మనకు చాలా పవిత్రమైనది మరియు మనం దానిని చాలా ఆలోచనాత్మకంగా ఉపయోగించాలి. మీరు నినాదాలు చేసినప్పుడు, మీరు నిజంగా మీరు కోరినది చేయాలనుకుంటున్నారని నేను అర్థం చేసుకున్నాను.

అసెంబ్లీ బాంబు కేసు సమయంలో, మేము విప్లవం అనే పదానికి ఈ వివరణ ఇచ్చాము - విప్లవం అంటే ప్రస్తుత వ్యవస్థను మరియు ప్రస్తుత సమాజాన్ని పూర్తిగా నిర్మూలించడమే. ఇందుకోసం ముందుగా ప్రభుత్వ అధికారాన్ని మన చేతుల్లోకి తీసుకోవాలన్నారు. ప్రస్తుతం పాలనా యంత్రం ధనవంతుల చేతుల్లో ఉంది. సాధారణ ప్రజల మన ప్రయోజనాలను కాపాడుకోవడానికి మరియు మన ఆదర్శాలకు ఆచరణాత్మక రూపం ఇవ్వడానికి - అంటే కార్ల్ మార్క్స్ సూత్రాల ప్రకారం సమాజాన్ని పునర్వ్యవస్థీకరించడానికి మేము ప్రభుత్వ యంత్రాంగాన్ని స్వాధీనం చేసుకోవాలనుకుంటున్నాము. మేము ఈ కారణం కోసం పోరాడుతున్నాము. అయితే దీని కోసం సాధారణ ప్రజలు విద్యావంతులై ఉండాలి.

ఈ మహా విప్లవ లక్ష్యాన్ని తమ ముందుంచుకున్న వారికి కొత్త పాలనా సంస్కరణలకు ప్రమాణాలు ఏమిటి? ఏదైనా పాలన మరియు చట్టాన్ని పరిశీలించడానికి ఈ క్రింది మూడు విషయాలను మనం గుర్తుంచుకోవడం ముఖ్యం: భారతీయులకు పాలనా బాధ్యత ఎంత వరకు అప్పగించబడింది?

పరిపాలనను నడపడానికి ఏ విధమైన ప్రభుత్వం ఏర్పడుతుంది మరియు సామాన్య ప్రజలు అందులో పాల్గొనే అవకాశం ఎంతవరకు లభిస్తుంది?

భవిష్యత్తులో అతని నుండి ఏమి ఆశించవచ్చు? దానిపై ఏ మేరకు ఆంక్షలు విధించారు? ప్రతి సామాన్యుడికి ఓటు హక్కు కల్పించారా లేదా?

భారత పార్లమెంటు రూపం ఎలా ఉండాలనే ప్రశ్న కూడా ముఖ్యమైనది. భారత ప్రభుత్వ మండలి ధనవంతుల సమావేశం మాత్రమే మరియు ప్రజలను ట్రాప్ చేయడానికి ఒక పంజరం, కాబట్టి దీనిని తొలగించి, ప్రజా ప్రతినిధులతో కూడిన ఒకే అసెంబ్లీని ఏర్పాటు చేయాలి. ప్రాంతీయ స్వయం పాలనపై రౌండ్ టేబుల్ సమావేశంలో తీసుకున్న నిర్ణయానికి సంబంధించి, ప్రజలకు అన్ని అధికారాలు ఇవ్వడం వల్ల ఇది 'ప్రాంతీయ స్వయం పాలన' కాకుండా 'ప్రాంతీయ అణచివేత'గా మారుతుందని నా అభిప్రాయం.

ఈ దశలన్నింటినీ పరిశీలించిన తర్వాత, ముందుగా మన ముందు ఉన్న అన్ని దశల చిత్రాన్ని స్పష్టంగా చిత్రీకరించాలని మేము నిర్ధారణకు వస్తాము. రాజీ అంటే ఎప్పుడూ లొంగిపోవడం లేదా ఓటమిని అంగీకరించడం అని మేము నమ్ముతున్నాము, కానీ ఒక అడుగు ముందుకు వేసి కొంత విశ్రాంతి తీసుకోండి, అయితే రాజీ అనేది ఇంతకంటే మరేమీ కాదని కూడా మనం అర్థం చేసుకోవాలి. అది మనకు అంతిమ లక్ష్యం మరియు అంతిమ విశ్రాంతి స్థలం కాదు.మా పార్టీ

యొక్క అంతిమ లక్ష్యం ఏమిటి మరియు దాని అర్థం ఏమిటి - ఇది కూడా పరిగణించదగినది. పార్టీ పేరు 'సోషలిస్ట్ రిపబ్లికన్ పార్టీ' అందుకే సోషలిస్టు సమాజాన్ని స్థాపించడమే దీని లక్ష్యం. రాజకీయ విప్లవం ద్వారా బ్రిటీష్ వారి చేతుల్లోంచి పాలనా అధికారం భారతీయుల చేతుల్లోకి రావడమే కాంగ్రెస్ లక్ష్యం మరియు ఈ పార్టీ మధ్య ఉన్న తేడా. సోషలిజమే ధ్యేయంగా ఉన్న వారికి పాలనా అధికారాన్ని అప్పగించడమే మా లక్ష్యం. దీని కోసం కార్మికులు మరియు రైతులను నిర్వహించడం అవసరం, ఎందుకంటే వారి కోసం లార్డ్ రీడింగ్ లేదా ఇర్విన్ల స్థానంలో తేజ్ బహదూర్ లేదా పురుషోత్తం దాస్ ఠాకూర్ దాస్‌తో పెద్దగా తేడా ఉండదు.

ఈ పార్టీ సంపూర్ణ స్వాతంత్ర్యం అంటే ఇదే. లాహోర్ కాంగ్రెస్ సంపూర్ణ స్వాతంత్ర్యం కోసం తీర్మానాన్ని ఆమోదించినప్పుడు, మేము దానిని మనస్ఫూర్తిగా కోరుకున్నాము, కానీ అదే కాంగ్రెస్ సెషన్‌లో, మహాత్మా జీ "రాజీ తలుపులు ఇంకా తెరిచి ఉన్నాయి" అని అన్నారు. దీని అర్థం తమ పోరాటం ఏదో ఒక ఒప్పందంతో ముగుస్తుందని మరియు వారు హృదయపూర్వకంగా స్వాతంత్ర్యం ప్రకటించడం లేదని వారికి ముందుగానే తెలుసు. ఈ హృదయ రహితతను మేము ద్వేషిస్తున్నాము.

ఇందుకోసం యువత కార్యకర్తలుగా రంగంలోకి దిగాలి, నాయకులుగా మారగల వారు ఇప్పటికే ఎందరో ఉన్నారు. మా పార్టీకి నాయకులు అవసరం లేదు. మీరు ప్రాపంచికంగా ఉంటే, పిల్లలు మరియు కుటుంబంలో చిక్కుకున్నట్లయితే, మా దారిలో రాకండి. మీరు మా కారణం పట్ల సానుభూతి కలిగి ఉంటే, దయచేసి మాకు ఇతర మార్గాల్లో సహాయం చేయండి. కఠినమైన నియంత్రణను నిర్వహించగల కార్మికులు మాత్రమే ఈ ఉద్యమాన్ని ముందుకు తీసుకెళ్లగలరు. ఇందుకోసం పార్టీ రహస్యంగా పనిచేయాల్సిన అవసరం లేదు. యువత కోసం స్టడీ సర్కిళ్లను తెరవాలి. కరపత్రాలు మరియు కరపత్రాలు, చిన్న పుస్తకాలు, చిన్న గ్రంథాలయాలు మరియు ఉపన్యాసాలు, ప్రసంగాలు మొదలైన వాటి ద్వారా మన ఆలోచనలను ప్రతిచోటా ప్రచారం చేయాలి.

మా పార్టీ సైనిక విభాగం కూడా నిర్వహించాలి. కొన్నిసార్లు దాని అవసరం చాలా ఎక్కువ. ఈ విషయంలో నా వైఖరిని పూర్తిగా స్పష్టం చేయాలనుకుంటున్నాను. నేను ఏమి చెప్పాలనుకున్నా అపార్థం వచ్చే అవకాశం ఉంది, కానీ మీరు నా మాటలను మరియు వాక్యాలను అర్థం చేసుకోకండి.

నేను ఉగ్రవాదిని అని అందరికీ తెలుసు, కానీ నేను ఉగ్రవాదిని కాదు.

నేను కాదు. నేను విప్లవకారుడిని, కొన్ని ఆలోచనలు మరియు కొన్ని ఆదర్శాలు మరియు అతని ముందు సుదీర్ఘమైన ప్రోగ్రామ్‌ను కలిగి ఉన్నవాడిని. డెత్ సెల్‌లో ఉండటం వల్ల నా ఆలోచనల్లో కొంత మార్పు వచ్చిందని రామ్ ప్రసాద్ 'బిస్మిల్'ని ప్రజలు నిందించినట్లు నన్ను నిందిస్తారు. కానీ అది అలా కాదు. నా ఆలోచనలు ఇప్పటికీ అలాగే ఉన్నాయి. జైలు బయట ఉన్న ఉత్సాహం, అదే లక్ష్యం ఇప్పటికీ నా హృదయంలో ఉన్నాయి. కానీ బాంబు వల్ల మనం ఎలాంటి ప్రయోజనం పొందలేమని నేను గట్టిగా నమ్ముతున్నాను. ఇది హిందూస్థాన్ సోషలిస్ట్ రిపబ్లికన్ పార్టీ చరిత్ర నుండి తేలికగా తెలిసిపోతుంది. కేవలం బాంబులు విసరడం వ్యర్థం మాత్రమే కాకుండా తరచుగా హానికరం. ఇది కొన్ని సందర్భాల్లో మాత్రమే అవసరం. కార్మికులు, రైతులే మా ప్రధాన లక్ష్యం అనే సంస్థ ఉండాలి. సైనిక విభాగం కొన్ని ప్రత్యేక సందర్భాల కోసం మాత్రమే యుద్ధ సామగ్రిని సేకరిస్తూనే ఉంది.

మన యువత ఇలాగే ప్రయత్నిస్తూ ఉంటే, వారు ఖచ్చితంగా విజయం సాధిస్తారు, ఒక సంవత్సరంలో కాకపోయినా, భారీ త్యాగం మరియు పరిత్యాగానికి సంబంధించిన కష్టమైన పరీక్షను ఎదుర్కొన్న తర్వాత.

విప్లవం చిరకాలం జీవించు!

(ఫిబ్రవరి 2, 1931)

# TELUGU BOOKS

  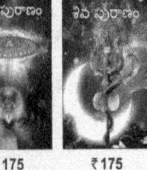   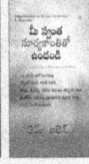 

₹200    ₹175    ₹175    ₹200    ₹175    ₹175    ₹200